எம். என். ராய் அல்லது மனபேந்திர நாத் ராய் (1887-1954) இந்திய விடுதலைக்காக ஆயுதப் புரட்சியை முன்னெடுத்த மார்க்சியர், அரசியல் கோட்பாட்டாளர், புகழ்பெற்ற தத்துவவியலாளர். மேற்கு வங்கத்தில் ஒரு பிராமணப் புரோகிதக் குடும்பத்தில் பிறந்த ராய், அங்குள்ள ஆங்கிலோ-சம்ஸ்கிருத பள்ளியில் படித்தார். பெங்கால் டெக்னிக்கல் இன்ஸ்டிடியூட்டில் பொறியியலும் வேதியியலும் கற்றார். *இன்டிபெண்டென்ட் இந்தியா* என்னும் இதழை நடத்தினார். ‘இந்தியப் பேரரசின் இறையாண்மையைப் பறிக்கச் சதி செய்தார்’ என்ற குற்றச்சாட்டில், 1931 முதல் 1936ஆம் ஆண்டுவரை அவர் சிறையில் அடைக்கப்பட்டார். *வரலாற்றில் இஸ்லாம்: ஒரு பண்பாட்டியல் பார்வை* என்னும் இந்த நூல் 1938இல் வெளியிடப்பட்டது. இந்துக்கள் மத்தியில் முஸ்லிம்கள் தொடர்பாக நிலவிய தப்பெண்ணங்களையும் வெறுப்பையும் நன்கு அறிந்தவர் ராய். இந்த நூலில் அவருடைய விரிவான அறிவு, நடுநிலைமை, சமூக ஐக்கியத்தின் மீதான ஆழ்ந்த பற்று என்பன வெளிப்படுகின்றன. *மாற்றத்தில் இந்தியா, இந்திய அரசியலின் எதிர்காலம்* போன்ற பல நூல்களோடு, ஏராளமான கட்டுரைகளையும் அவர் எழுதினார். இரண்டாம் உலகப் போருக்குப் பிறகு, மரபுவழி மார்க்சியத்திலிருந்து விலகிய ராய், புரட்சிகர மனிதநேயம் என்ற கொள்கைக்காக, தம் இறுதிக் காலத்தில் பாடுபட்டார். 1954இல் டேராடூனில் இறந்தார்.

மொழிபெயர்ப்பாளர் அ.வா. முஹ்சீன் இலங்கையைச் சேர்ந்தவர். ஆங்கில ஆசிரியராகப் பணிபுரிந்து ஓய்வுபெற்றுள்ள அவர் *சோனக தேசம், இலங்கை முஸ்லிம்களின் பூர்வீகம்* போன்ற நூல்களை எழுதியுள்ளார்.

வரலாற்றில் இஸ்லாம்

ஒரு பண்பாட்டியல் பார்வை

எம். என். ராய்

தமிழில்

அ. வா. முஹ்சீன்

மீள்பார்வை

அடையாளம் பதிப்புக்குழு

அடையாளம்

முதல் பதிப்பு 2022
© இந்த மொழிபெயர்ப்பு: அடையாளம்
வெளியீடு: அடையாளம், 1205/1 கருப்பூர் சாலை, புத்தாநத்தம் 621310,
திருச்சி மாவட்டம், இந்தியா, தொலைபேசி: 04332 273444, 9444 77 26 86
நூல் வடிவம்: த பாபிரஸ், அச்சாக்கம்: அடையாளம் பிரஸ், இந்தியா
ISBN 978 81 7720 339 4
விலை: ₹ 90

Varalaatril Islaam: Oru Panpaattiyal Paarvai is the Tamil translation *Of Historical Role Of Islam: An Essay On Isamic Culture* in English by M.N. Roy, Translated by A. W. Muhseen, Published by Adaiyaalam, 1205/1 Karupur Road, Puthanatham 621310, Thiruchirappalli District, Tamilnadu, India, email: info@adaiyaalam.net

பொருளடக்கம்

	மொழிபெயர்ப்பாளரின் குறிப்புகள்	vii
1	அறிமுகம்	1
2	இஸ்லாத்தின் பணி	7
3	இஸ்லாத்தின் சமூக-வரலாற்றுப் பின்னணி	22
4	வெற்றிக்கான காரணங்கள்	33
5	முஹம்மதும் அவருடைய போதனைகளும்	45
6	இஸ்லாமியத் தத்துவம்	56
7	இஸ்லாமும் இந்தியாவும்	77

மொழிபெயர்ப்பாளரின் குறிப்புகள்

மார்க்சிய அறிஞரும் அரசியல் கோட்பாட்டாளரும் புரட்சியாளருமான எம். என். ராய் அவர்கள் எழுதிய ஹிஸ்டாரிகல் ரோல் ஆஃப் இஸ்லாம் என்னும் நூலை, வரலாற்றில் இஸ்லாம்: ஒரு பண்பாட்டியல் பார்வை என்ற தலைப்பில் மொழிபெயர்த்தமை ஒரு சிறந்த அனுபவமாக அமைந்தது. இந்த மொழிபெயர்ப்பினூடே பண்டைய உலகிற்குள், குறிப்பாக அரபுச் சமூகத்திற்குள் ஓர் அறிவார்ந்த பயணத்தை மேற்கொண்டது போன்ற உணர்வு ஏற்பட்டது.

அரேபியர்களின் சமூக, அரசியல், பண்பாட்டுக் கூறுகளில் இஸ்லாம் மிகப் பெரும் தாக்கங்களை ஏற்படுத்தியிருந்தது என்ற விடயம், முதன்மையாக முஸ்லிம் அறிஞர்களாலும் ஓரளவுக்கு முஸ்லிமல்லாத அறிஞர்களாலும் சொல்லப்பட்டுள்ளன. முஸ்லிம் அறிஞர்களின் கண்ணோட்டங்களும் கருத்துகளும் பெருமளவில் பெருமிதத்தால் நிறைந்திருக்கின்றன. நடுநிலை சார்ந்த நிலைப் பாடுகளைப் பெருமித உணர்வு மேவி நிற்பதால் இந்தக் கருத்துகள் பக்கச் சார்பானவையோ என்ற எண்ணத்தை உருவாக்குபவை.

ஆனால், ராயின் கருத்துகள் சந்தேகத்திற்கிடமின்றி நடுநிலைத் தன்மையைக் கொண்டிருக்கின்றன. ஆழ்ந்த அறிவும் அறிவின் நேர்மையும் அவருடைய ஒவ்வொரு சொல்லிலும் இழைந் துள்ளன. இஸ்லாத்தின், அரபியரின் வரலாற்று முக்கியத்துவத்தை மிகவும் நேர்மையாகவும் ஆழமாகவும் தர்க்கபூர்வமாகவும் அவர் வெளிப்படுத்தியிருக்கிறார். 17ஆம் நூற்றாண்டில் ஐரோப்பாவில் தொடங்கிய நவீன அறிவியல் வளர்ச்சி, இஸ்லாத்திற்கும்

அரேபியர்களுக்கும் முற்றிலும் கடமைப்பட்டிருக்கின்றது என்ற உண்மையை ராய் நுட்பமாக நிரூபித்திருக்கிறார்.

இந்த நூலை மொழிபெயர்க்கும்படி அடையாளம் பொறுப்பாளர் கூறியபோது, ஒரு சிறிய நெருடல் ஏற்பட்டது. 1939இல் வெளியிடப்பட்ட ஒரு நூல், இன்றைய சூழ்நிலைக்குப் பொருந்துமா என்பதே அது. ஆனால் நூலை மொழிபெயர்த்து முடித்தபோது, அதன் பொருத்தப்பாடு அன்றுபோல் இன்றும் அப்படியே இருப்பது தெளிவாகப் புலப்பட்டது. தப்பெண்ணங்கள், இன வெறுப்பு, இன முரண்பாடுகள், அறிவியலிலிருந்து விலகியிருத்தல் என இந்த நூல் களைய விழைந்த அத்தனையும் இன்னமும் அப்படியே தொடர்கின்றன.

இந்த நூலை மொழிபெயர்க்கும்போது, அரபியர் மட்டுமன்றி, முழு முஸ்லிம் உலகமும் தனது அறிவியல் பாரம்பரியத்தை ஏறக்குறைய முற்றாகக் கைவிட்டிருக்கின்ற துயரநிலையை உணர முடிந்தது. பல நூற்றாண்டுகளாக அறிவுத் தீபத்தை ஏந்தி நின்ற முஸ்லிம் உலகம், இன்று அறிவிலிருந்து தூர விலகி நிற்பதற்கான காரணங்களை அறிந்து, தன்னை மாற்றிக்கொள்ள முயலும்படி இந்நூல் முஸ்லிம்களைத் தூண்டும்.

இந்த நூலை மொழிபெயர்ப்பது ஒரு சவாலாகவும் இருந்தது. இதன் மொழிபெயர்ப்பு எல்லா வாசகர்களையும் அடையும் விதத்தில், பேச்சுவழக்கிற்கு அல்லது வெகுசன மொழிவழக்கிற்கு நெருக்கமானதாக அமைய வேண்டும் என்று பதிப்பாளர் கூறியதை எப்போதும் நினைவில் வைத்திருக்க வேண்டியிருந்தது. எனவே கூடுதல் கவனம் தேவைப்பட்டது.

culture என்பதைப் பண்பாடு என மொழிபெயர்த்திருக்கிறேன். கலாச்சாரம் என்ற பதமும் பயன்படுத்தப்படுகின்ற போதிலும், இந்த நூலின் மையப் பொருளுக்கு, பண்பாடு என்ற பதம் பொருத்தமானதாக இருக்கும். சில ஆங்கிலச் சொற்களுக்கு ஒன்றுக்கு மேற்பட்ட தமிழ் சொற்களைப் பயன்படுத்தியிருக்கிறேன்.

எடுத்துக்காட்டாக, superstition என்பதை மீ-நம்பிக்கை, மூட நம்பிக்கை, மூடக்கொள்கை எனவும் Mohammadian என்பதை முஹம்மதியர்கள் என்றும் முஸ்லிம்கள் என்றும் மொழிபெயர்த்து இருக்கிறேன். முஹம்மதியர் என்ற பதம் முஸ்லிம்களால்

அவ்வளவு விரும்பப்பபடுவதில்லை. இருப்பினும், கடந்த நூற்றாண்டின் நடுப் பகுதிவரை முஸ்லிம்களைக் குறிப்பதற்காக இந்தப் பதம் பயன் படுத்தப்பட்டு வந்துள்ளது என்பதை அறியத் தருவதற்காக இதைப் பயன்படுத்தியிருக்கிறேன். *fanaticism* என்பதை மதவுணர்ச்சி, மதவெறி என்றும் *God* என்பதைக் கடவுள், இறைவன் என்றும் மொழிபெயர்த்திருக்கிறேன். *Apostle* என்பதை அனுப்பப்பட்டவர்/தூதர் என்று மொழிபெயர்த் திருக்கிறேன். பொதுவாக இது, அபோஸ்தலர் என்றே தமிழிலும் எழுதப்படுகிறது.

ஒரு புத்தகம் என்ற வகையில், இது என்னுடைய முதல் மொழிபெயர்ப்பு. அடையாளம் பதிப்புக் குழுவினருக்கு எனது நன்றிகள். சிறந்ததும் அவசியமானதுமான இந்த நூலை மொழி பெயர்க்கின்ற வாய்ப்பை வழங்கியதோடு, இந்த மொழிபெயர்ப்பு எவ்வாறு அமைய வேண்டும் என்ற ஆலோசனைகளையும் வழிகாட்டல்களையும் அவர்கள் எனக்கு வழங்கினர். இந்த நூல் இந்தியாவிலுள்ள பிற மொழிகளிலும் அரபுமொழியிலும் ஏனைய மொழிகளிலும் மொழிபெயர்க்கப்பட வேண்டும். காலத்தின் தேவை அவ்வாறு இருக்கிறது.

அடையாளம் பதிப்புக் குழுவினருக்கு எனது நன்றிகள்.

அ.வா. முஹ்சீன்

1

அறிமுகம்

இஸ்லாத்தின் திடீர் எழுச்சியும் அதன் வியக்கத்தக்க விரிவாக்கமும் மனிதகுல வரலாற்றில் மிகவும் கவர்ச்சிகரமான ஓர் அத்தியாயமாக அமைகின்றது. இந்திய வரலாற்றின் தற்போதைய இக்கட்டான காலகட்டத்தில், இந்த அத்தியாயத்தைப் பற்றிப் பக்கச்சார்பற்ற ஓர் ஆய்வு மிகவும் முக்கியத்துவம் வாய்ந்தது. இத்தகைய ஆய்வின் அறிவியல்பூர்வமான பெறுமதி, அதனளவில் மிகுந்த முக்கியத்துவ முடையது. அத்துடன் அறிவு பெறும் நோக்கிலான தேடலுக்கு நிச்சயமாக அழகான வெகுமதியும் இந்த ஆய்வில் கிடைக்கும். ஆனால் இன்று இந்தியாவைப் பொறுத்தவரையில், குறிப்பாக இந்துக்களுக்கு, இஸ்லாத்தின் வரலாற்றுப் பாத்திரமும் மனிதப் பண்பாட்டுக்கு இஸ்லாம் ஆற்றியுள்ள பங்களிப்பும் பற்றிய ஒரு முறையான புரிதல், அரசியல்ரீதியாக மிகப் பெரும் முக்கியத்துவத்தைப் பெற்றிருக்கிறது.

அரேபிய இறைத்தூதரைக் கணிசமான எண்ணிக்கையில் பின்பற்றுபவர்களின் தாயகமாக இந்தியா மாறியுள்ளது. எந்தவோர் இஸ்லாமிய நாட்டையும்விட அதிகமான முஸ்லிம்கள் இந்தியாவில் வாழ்கிறார்கள் என்பதை வெகு சிலரே உணர்கின்றனர். இருப்பினும், பல நூற்றாண்டுகள் கடந்த பின்னரும், இந்திய மக்கள்தொகையின் இந்தப் பெரும் எண்ணிக்கையிலான பிரிவினர் ஓர் அயலினக்கூறு என்றே பொதுவாகக் கருதப்படுகின்றனர். இந்தியாவின் பலவீனமான தேசியக் கட்டமைப்பில், விந்தையானதும் ஆனால் ஆழ்ந்த வருத்தத்திற்குரியதுமான இந்தப் பிளவு அதற்கான வரலாற்றுக் காரணத்தையும் கொண்டிருக்கிறது. முஸ்லிம்கள் இந்தியாவிற்கு முதலில் படையெடுப்பாளர்களாக வந்தனர். அவர்கள் நாட்டைக் கைப்பற்றி, பல நூறு ஆண்டுகள் ஆட்சி

செய்தனர். இன்று இந்துக்களையும் முஸ்லிம்களையும் தழுவியதாக இருக்கின்ற இந்திய தேச வரலாற்றில், வெற்றிபெற்றவன் × தோற்கடிக்கப்பட்டவன் என்ற அந்த 'எதிரிணை' உறவு, அதனுடைய முத்திரையைப் பதித்துள்ளது. எனினும், கடந்தகால உறவின் இத்தகைய விரும்பத்தகாத நினைவு படிப்படியாக மறைக்கப்பட்டு வந்திருக்கிறது. பிரித்தானிய அடிமைத்தனத்தின் விளைவாக இவர்களிடையே தற்போது உருவாகியுள்ள தோழமையுறவு அதற்குக் காரணமாகியுள்ளது.

வலி நிறைந்ததும் அழிவுகரமானதுமான பாதிப்பைப் பெரும் எண்ணிக்கையிலான முஸ்லிம்கள் மீது பிரித்தானிய ஏகாதிபத்தியம் ஏற்படுத்தியுள்ளது. இது இந்துமதத்தைப் பின்பற்றுகின்ற வெகுமக்கள் மீது பிரித்தானிய ஏகாதிபத்தியம் ஏற்படுத்தியுள்ள பாதிப்பைவிடக் குறைந்ததல்ல. முஸ்லிம் ஆட்சியின் வரலாறுகள், இந்திய வரலாற்றின் அத்தியாயங்களாகப் பதிவு செய்யப்படும் அளவுக்கு, முஸ்லிம்கள் இந்திய தேசத்தின் ஒருங்கிணைந்த அங்கமாகிவிட்டனர். உண்மையில் தேசியவாதம், கடந்த காலத்தின் வலி மிகுந்த நினைவுகளை அழிப்பதில் வெகுதூரம் முன்னோக்கிச் சென்றுள்ளது.

கடந்த காலத்தின் உண்மையான அல்லது புராண மகிமையில், நிகழ்கால அவமானத்திற்கு ஆறுதலைத் தேடுகின்ற செயற்பாடானது, இந்திய முஸ்லிம் ஆட்சியாளர்களுக்கு அற்புதமான தேசிய நிறங்களில் ஆடை அணிவித்திருக்கிறது.

அக்பர் ஆட்சியின் சிறப்புகளில் அல்லது ஷாஜஹானின் கட்டடக்கலை சாதனைகளில் ஒரு இந்து பெருமிதம் கொள்கிறார். எனினும், இந்திய வரலாற்றை மகிமைப்படுத்தியதாக நம்பப்படுகின்ற அந்தப் புகழ்பெற்ற மன்னர்களின் மதத்தைப் பின்பற்றுகின்ற அல்லது அவர்களின் இனத்தைச் சேர்ந்த அடுத்த வீட்டு அயலாரிடமிருந்து மிகவும் வியப்புக்குரியவகையில், இன்றும்கூட இணைக்கப்பட முடியாத வகையில் அவர் ஆழமாகப் பிரிக்கப்பட்டிருக்கிறார். இந்திய மக்கள்தொகையில் மிகப் பெரும்பான்மையினராக இருக்கின்ற வைதீக இந்துக்களைப் பொறுத்தவரையில், ஓர் உயர்குடியில் பிறந்த அல்லது உயர் கல்வியையோ சிறப்பான பண்பாட்டையோ, பெற்றிருக்கின்ற

முஸ்லிம்கூட, இந்துக்களில் மிகத் தாழ்த்தப்பட்டுள்ள சாதியினருக்கு வழங்கப்பட்டுள்ள சமூகத் தகுதிநிலையைக் காட்டிலும் எந்த விதத்திலும் கூடுதலான தகுதிபெற வாய்ப்பில்லாத, ஒரு 'மிலேச்சன்'—தூய்மையில்லாத ஒரு காட்டுமிராண்டிதான்.

ஆக்கிரமிக்கப்பட்ட மக்கள் மத்தியில் கடந்தகாலத்தில் உருவான தப்பெண்ணத்தில் இந்தக் குறிப்பான நிலைமைக்குரிய காரணத்தைக் கண்டுகொள்ளலாம். அந்நியப் படையெடுப்பாளர்கள் பற்றி இயல்பாக எழுந்த வெறுப்பால், இந்தத் தப்பெண்ணம் உருவாகியது. இத்தகைய தப்பெண்ணத்தைத் தோற்றுவித்த அரசியல் உறவு கடந்த காலத்திற்குரியது. ஆயினும் இந்தத் தப்பெண்ணம், தேசிய ஒன்றிணைவைத் தடுக்கின்ற வலுவான ஒரு தடையாகவும் உணர்ச்சிவசப்படாத வரலாற்றுப் பார்வைக்கான ஓர் இடையூறாகவும் இன்னமும் தொடர்கிறது.

உண்மையில், இரு சமூகங்களும் ஒரே நாட்டில் பல நூற்றாண்டுகளாக ஒன்றாக வாழ்ந்து வருகின்றபோதிலும், ஒருவருடைய பண்பாட்டை மற்றவர் மிகவும் குறைவாகவே பாராட்டு கின்றனர். இத்தகைய எடுத்துக்காட்டு உலகில் வேறு எங்குமில்லை. உலகில் எந்த நாகரிகமான மக்களும், இந்துக்களைப் போன்று இவ்வளவு தூரம் இஸ்லாமிய வரலாற்றை 'அறியாதவர்' களாகவும் இஸ்லாத்தை 'இகழ்பவர்'களாகவும் இல்லை. நமது தேசிய வாத கருத்தியலில் ஆன்மிக ஏகாதிபத்தியம் (ஸ்பிரிட்சுவல் இம்பீரியலிசம்) சிறப்பான அம்சமாக இருக்கிறது.

எனினும் இந்த அருவருப்பான ஆன்மா, முஸ்லிம்களுடனான உறவில் மிகவும் தனித்தன்மை கொண்டதாக இருக்கிறது. அரேபியத் தீர்க்கதரிசியின் போதனைகள் பற்றிய இன்றைய கருத்து மிகமிகத் தவறான தகவல்களைக் கொண்டிருக்கிறது. படித்த சராசரி இந்துவுக்கு, இஸ்லாத்தின் மகத்தான புரட்சிகர முக்கியத்துவத்தையும் அந்தப் புரட்சியின் மாபெரும் பண்பாட்டு விளைவுகளையும் பற்றிய அறிவு சிறிதும் இல்லை, அவற்றை அவர் பாராட்டுவதும் இல்லை.

நிலவுகின்ற கருத்துகள் ஆபத்தான விளைவுகளைத் தோற்று விக்காதவையாக இருப்பின், அவற்றை அபத்தமானவை எனக் கேலி செய்துவிடலாம்.

அறிமுகம் ✤ 3

இந்திய மக்களின் தேசிய ஒன்றிணைவிற்காகவும் அதேபோன்று அறிவியல், வரலாற்று உண்மை போன்றவற்றின் நலன்களுக் காகவும் இந்தக் கருத்துகள் எதிர்க்கப்பட வேண்டும். இந்திய வரலாற்றின் இந்தத் தீர்மானகரமான காலகட்டத்தில், இஸ்லாத்தின் பண்பாட்டு முக்கியத்துவத்தை முறையாகப் புரிந்துகொள்வது மிகவும் முக்கியமானது.

இஸ்லாத்தின் எழுச்சியையும் விரிவாக்கத்தையும் பற்றி மாபெரும் வரலாற்றாசிரியர் கிப்பன் பின்வருமாறு விவரிக்கிறார்.

உலகிலுள்ள தேசிய இனங்களின் மீது புதியதும் நீடித்ததுமான ஒரு பண்பைப் பதித்திருக்கின்ற, மிகவும் நினைவுகூரத்தக்கப் புரட்சிகளில் ஒன்று.

ஒரு புதிய சமயத்தின் மீதான நம்பிக்கையால் கிளர்ச்சியூட்டப்பட்டு, அரேபிய பாலைவனத்திலிருந்து வெளிப்பட்ட, ஒப்பீட்டளவில் சிறிய நாடோடிக் குழுக்களால், பெரும்பலம் வாய்ந்த இரண்டு பண்டைய பேரரசுகள் எவ்வளவு விரைவாக வீழ்த்தப்பட்டன என்பதை எண்ணிப் பார்க்கும்போது, ஒருவர் மிகவும் வியப்பு அடைவார். வாளின் முனையில் சமாதான செய்தியைப் பரப்பிய தீர்க்கதரிசி என்ற தனித்துவமான பாத்திரத்தை முஹம்மது பொறுப்பேற்றதிலிருந்து ஐம்பது ஆண்டுகள்கூட கடக்காத நிலையில், அவரைப் பின்பற்றியவர்கள் ஒருபுறம் இந்தியாவின் எல்லைப் பகுதிகளிலும் மறுபுறம் அட்லாண்டிக் கரையிலும் இஸ்லாமியக் கொடியை வெற்றிகரமாக நாட்டினார்கள். டமஸ்கசின் முதல் கலீஃபாக்கள் ஒரு பேரரசை ஆட்சி செய்தனர். அது, விரைவாகச் செல்லக்கூடிய ஒட்டகத்தில் சுமார் ஐந்து மாத காலத்திற்குப் பயணம் செய்தாலும் கடக்க முடியாத பெரும் நிலப்பரப்பைக் கொண்டிருந்தது. ஹிஜ்ரி (இஸ்லாமிய ஆண்டு) முதலாம் நூற்றாண்டின் முடிவில் 'நம்பிக்கையாளர்களின் தளபதிகள்' உலகின் மிகவும் சக்திவாய்ந்த ஆட்சியாளர்களாக இருந்தார்கள்.

ஒவ்வொரு தீர்க்கதரிசியும் அற்புதங்களை நிகழ்த்துவதன் மூலம், தீர்க்கதரிசி என்ற தம்முடைய உரிமத்தை நிலைநிறுத்துகிறார். இந்த வகையில், முஹம்மது தமக்கு முன்னரும் பின்னருமான அனைத்து தீர்க்கதரிசிகளைவிடவும் மிக உன்னதமானவர் என

அங்கீகரிக்கப்பட வேண்டும். இஸ்லாத்தின் பரவுகை, அனைத்து அற்புதங்களிலும் மிகப் பெரும் அற்புதம். அகஸ்தசின் ரோமானியப் பேரரசு—பிற்காலத்தில் வல்லமை நிறைந்த டிராஜன் என்பவரால் மேலும் விரிவாக்கப்பட்டது—எழுநூறு ஆண்டு காலத்தில் பெறப்பட்ட பாரியதும் உன்னதமானதுமான வெற்றிகளின் விளைவாக உருவானது. எனினும், ஒரு நூற்றாண்டிற்கும் குறைவான காலத்தில் நிறுவப்பட்ட அரேபியப் பேரரசின் பரப்பளவை அது அடைந்திருக்கவில்லை. அலெக்சாந்தரின் பேரரசானது கலீஃபாக்களின் (கலீஃபா: ஆட்சியாளர்) பரந்த ஆட்சிப் புலத்தில் ஒரு பகுதி அளவுக்கே அமைந்திருந்தது. பாரசீகப் பேரரசு சுமார் ஆயிரம் ஆண்டுகளாக ரோமானியப் படையினரை எதிர்த்து நின்றது, ஆனால் ஒரு பத்தாண்டிற்கும் குறைவான காலத்தில் அது 'இறைவனின் வாளால்' கீழ்ப்படுத்தப்பட்டது. இஸ்லாமிய எழுச்சியின் அற்புதம் குறித்து ஒரு நவீன வரலாற்றாசிரியர் விவரிப்பதைப் பார்ப்போம்.

அரேபியர்களுக்கென ஓர் அரசோ, முறையான இராணுவமோ, பொதுவான அரசியல் இலக்கோ இருந்ததற்கான எந்தச் சான்றும் எங்குமே இருக்கவில்லை. அரேபியர்கள் கவிஞர்களாக, கனவு காண்பவர்களாக, போர்புரிபவர்களாக, வணிகர்களாக இருந்தார்கள்; அவர்கள் அரசியல்வாதிகள் அல்லர். உறுதியான அல்லது ஒன்றிணைக்கும் ஆற்றல்வாய்ந்த ஒரு மதம் அவர் களிடம் காணப்படவில்லை. அவர்கள் பலதெய்வ வழிபாட்டின் ஒரு தாழ்ந்த வடிவத்தைப் பின்பற்றினார்கள். நூறு ஆண்டு களுக்குப் பிறகு, இந்த அறியப்படாத காட்டுமிராண்டிகள் ஒரு பெரும் உலக வல்லரசு என்ற நிலையை அடைந்து கொண்டார்கள். அவர்கள் சிரியாவையும் எகிப்தையும் வெற்றி கொண்டார்கள், அவர்கள் பாரசீகத்தைத் தோற்கடித்து, மதமாற்றம் செய்தார்கள், மேற்கு துருக்கிஸ்தானையும் பஞ்சாபின் ஒரு பகுதியையும் கட்டுப்பாட்டிற்குள் கொண்டுவந்தார்கள். அவர்கள் பைசாந்தியர்களிடமிருந்தும் பார்பர்களிடமிருந்தும் ஆப்பிரிக்காவையும் விசிகோத்களிடமிருந்து ஸ்பெயினையும் கைப்பற்றினார்கள். மேற்கில் அவர்கள் பிரான்சையும் கிழக்கில் கான்ஸ்தாந்திநோபிளையும் அச்சுறுத்தினார்கள். அலெக்சாந்திரிய அல்லது சிரிய துறைமுகங்களில் கட்டப்பட்ட அவர்களுடைய

கப்பல்கள் மத்தியதரைக் கடல் நீர்களில் பயணித்தன, கிரேக்கத் தீவுகளைச் சூறையாடின, அவை பைசாந்திய பேரரசின் கடல் வலிமைக்குச் சவால் விட்டன. பாரசீகர்களும் அட்லஸ் மலைகளின் பார்பர்களும் மட்டும் ஒரு தீவிர எதிர்ப்பைக் காட்டினார்கள், எனினும் எட்டாம் நூற்றாண்டின் தொடக்கத்தில், அவர்களின் வெற்றிகரமான போக்கை எதிர்க்க இறுதித் தடை ஏதும் இருக்க முடியுமா என்பது ஒரு வெளிப்படையான வினாவாகத் தோன்றுமளவுக்கு அவர்களுடைய வெற்றி மிக எளிதானதாக அமைந்தது. மத்திய தரைக்கடல் ஒரு ரோமானிய ஏரி என்பது இல்லாமலாகியது. ஐரோப்பாவின் ஒரு முனையிலிருந்து மறுமுனைவரை, கிறிஸ்தவ அரசுகள் ஒரு புதிய கிழக்கித்திய சமயத்தை அடிப்படையாகக்கொண்ட, ஒரு புதிய கிழக்கித்திய நாகரிகத்தின் சவாலை எதிர்கொண்டன (எச். ஏ. எல். ஃபிஷெர், ஐரோப்பாவின் வரலாறு, ப. 137-8).

இந்த வியப்பூட்டும் அற்புதம் எப்படி நிகழ்ந்தது? அது வரலாற்றாசிரியர்கள் எதிர்கொள்கின்ற குழப்பமான கேள்விகளுள் ஒன்று. இஸ்லாத்தின் எழுச்சி என்பது, மென்மையான, சகிப்புத் தன்மைகொண்ட மக்கள் மீதான மதவெறியின் ஒரு வெற்றி என்ற கொச்சையான கோட்பாட்டை இன்று படித்த உலகம் நிராகரித்துவிட்டது. கிரேக்கம், ரோம் மட்டுமன்றி, பாரசீகம், சீனா, இந்தியா ஆகிய நாடுகளின் புராதன நாகரிகங்களின் சீரழிவால் தோற்றுவிக்கப்பட்டிருந்த நம்பிக்கையற்ற சூழ்நிலையிலிருந்து, மக்களை வழிநடத்துவதற்கு இஸ்லாம் கொண்டிருந்த ஆற்றலும் அதன் புரட்சிகரப் பண்புமே இஸ்லாத்தின் தனித்துவமான வெற்றிக்குரிய முதன்மையான காரணிகளாகும்.

2

இஸ்லாத்தின் பணி

இஸ்லாமிய வரலாற்றைக் கொச்சையாக விளக்குபவர்கள், அதன் இராணுவ சாதனைகளுக்கு முக்கியத்துவம் அளிக்கிறார்கள். இது இஸ்லாத்தின் ஆழமான புரட்சிகர முக்கியத்துவத்தைப் பாராட்டுவதற்காகவோ, இழிவுபடுத்துவதற்காகவோ இருக்கலாம். அரபியர்களின் சிறப்பான இராணுவ வெற்றிகள் சந்தேகத்திற்கு இடமற்றவை. எனினும் அவை மட்டுமே இஸ்லாத்தின் வரலாற்றுப் பாத்திரத்திற்கான அளவீடாக இருந்திருப்பின், இஸ்லாம் ஒரு தனித்துவமான வரலாற்று நிகழ்வாக கொண்டிருக்காது.

தார்தாரியர் மற்றும் சித்தியர்களின் (கோத்கள், ஹன்ஸ், வன்டல்கள், அவார்கள், மங்கோலியர்கள்) சூறையாடல்கள், முஸ்லிம்களின் இராணுவ சாதனைகளுக்குச் சமமானவை யாகவோ, சிறப்பானவையாகவோ இல்லாத போதிலும் ஓரளவு அவற்றுக்குச் சமமாகக் கொள்ளப்படக்கூடியவை. எனினும் ஐரோப்பிய, ஆசிய எல்லைப் பகுதிகளிலிருந்து மேற்கு, தெற்கு மற்றும் கிழக்கிற்குள் அவ்வப்போது நுழைந்த அந்தப் பேரலை களுக்கும் சமய உணர்வுடன் கூடிய அரேபிய எழுச்சிக்கும் இடையே ஒரு பாரிய வேறுபாடு இருக்கின்றது. பேரலைகளைப் போன்று, முன்னையவை அவற்றால் ஏற்படுத்தப்பட்ட பாரிய அழிவில் மிதந்து, பரந்தளவிலான மரணத்தையும் அழிவையும் வழங்கிவிட்டு விரைவாகவோ தாமதமாகவோ வீழ்ச்சியுற்றன. இதற்கு மாறாக, பிந்தையது ஒரு நிலையான வரலாற்று நிகழ்வாக அமைந்தது. இது மனிதகுல பண்பாட்டு வரலாற்றின் ஓர் அற்புதமான அத்தியாயத்தை முன்னெடுத்தது. இஸ்லாத்தின் பணியில் அழிவு என்பது, உதவுகின்ற ஒரு பகுதியாக மட்டுமே

இருந்தது. இந்த அழிவு அவசியமானது, அது புதியதை நிர்மாணிப்பதற்காகக் காலாவதியான பழையதை அழித்தது. மனித அறிவின் திரண்ட செல்வங்களை மீட்பதற்கும், வருங்காலச் சந்ததியினரின் நலனுக்காக அவற்றைப் பாதுகாப்பதற்கும், பெருக்குவதற்குமாகவே சீசர் மற்றும் சோஸ்ரோக்களின் புனித கட்டடங்களை இஸ்லாம் தகர்த்தது.

அரேபியக் குதிரை வீரர்களின் வியப்புக்குரிய சாதனைகள் மட்டும் இஸ்லாத்தின் தனித்துவமான அம்சம் அல்ல; அவை நமது கவனத்தை எளிதாகக் கவர்பவை, அவர்களில் ஆச்சரியத்தை ஏற்படுத்துபவை. இத்தகைய ஒரு மகத்தான, ஆற்றல்மிக்க வரலாற்று நிகழ்விற்கான காரணங்களைத் தேடவும் அவற்றைப் பாராட்டவும் நம்மைத் தூண்டுபவை. 'இறைவனுடைய படையின்' வியக்கத்தக்கச் செயற்பாடு பொதுவாகப் பார்வையை மறைக்கிறது, சராசரி வரலாற்று மாணவனுக்கு மட்டுமன்றி, முஹம்மதைப் பின்பற்றுகின்ற ஒரு மாணவனுக்கும் இஸ்லாமிய புரட்சியின் மகத்தான சாதனைகள் தெரிவதில்லை. எனினும், சமூக, பண்பாட்டுத் தளங்களில் நிகழ்ந்த மிகவும் அற்புதமானதும் நீடித்ததுமான ஒரு செயற்பாட்டிற்கான முன்னாயத்தங்களாக அரேபிய தீர்க்கதரிசியைப் பின்பற்றியவர்களின் இராணுவ வெற்றிகள் அமைந்தன. பொருளாதாரச் செழிப்பிற்கும் ஆன்மிக முன்னேற்றத்திற்குமான ஒரு சகாப்தம் திறக்கப்பட்டது. இந்தச் சகாப்தத்தைத் திறந்துவைத்த அரசியல் ஒற்றுமைக்கான நிலைமைகளை மட்டுமே இந்த இராணுவ வெற்றிகள் உருவாக்கின. புதிய சிந்தனைகளுடனும் புதிய இலட்சியங்களுடனும் கூடிய ஒரு புதிய சமூக ஒழுங்கை தோற்றுவிப்பதற்காக ரோமானிய, பாரசீக பேரரசுகளின் பிரமாண்டமான இடிபாடுகள் அகற்றப்பட வேண்டியிருந்தது.

சீரழிந்து போயிருந்த பாரசீக, பைசாந்திய பேரரசுகளில் வாழ்ந்த குடிமக்களின் ஆன்மிக வாழ்க்கையை, மாஜியன் மறைஞானத்தின் மூடக்கொள்கைகளும் (சூப்பெர்ஸ்டிஸன்) கிரேக்கத் திருச்சபையின் ஊழல் நிறைந்த சூழலும் சீர்குலைத்திருந்தன. அனைத்து வகையான தார்மிக, அறிவியல் முன்னேற்றங்களையும் அவை சாத்தியமற்றதாக்கியிருந்தன. முஹம்மதின் கடுமையான ஏகத்துவம் (ஓரிறைவாதம்), அரேபியர்களின் வலிமைமிக்க,

வளைந்த வாளை பயன்படுத்தியது. அரேபியப் பழங்குடிகளின் அசுத்தமான உருவ வழிபாட்டை அழிப்பதற்காக மட்டும் அந்த வாள் பயன்படுத்தப்படவில்லை. கூடவே, ஜொராஸ்டரின் நித்திய தீய ஆவியிலிருந்தும் அதேபோன்று அற்புத—நிகழ்த்துகை என்ற மூடநம்பிக்கைக்கும் துறவறம் என்ற கொடிய நோய்க்கும் பரிசுத்தவான்களின் சிலை வழிபாட்டிற்கும் முக்கியத்துவம் வழங்கிய, சீரழிந்த கிறிஸ்தவத்திலிருந்தும் மனிதகுலத்தின் கணிசமான பிரிவினரை விடுவிப்பதற்கும் அந்த வாள் பயன்படுத்தப்பட்டது. இத்தகைய சக்திமிக்க ஒரு வரலாற்றுக் கருவியாக, அரேபிய வாள் செயற்படக்கூடியது என்பது நிரூபிக்கப்பட்டது. அரேபியப் படைகளின் வியப்புக்குரிய சாதனைகளைக் கவனத்தில் கொள்ளும்போது, வரலாற்றின் சேவைக்காக—மனித குலத்தின் முன்னேற்றத்திற்காக—மட்டுமே அரேபியர்களின் ஆயுதங்கள் பயன்படுத்தப்பட்டன என்பது நிரூபணமாகிறது.

ரோமப் பேரரசின் சோகமான இடிபாடுகளின் கீழ், பண்டைய கிரேக்க நாகரிகத்தின் செழுமையான ஆன்மிக மரபு கிட்டத்தட்ட புதைக்கப்பட்டது, அத்துடன் கிறிஸ்தவ மூடநம்பிக்கையின் இருளில் அது தொலைக்கப்பட்டது. புனிதமான மத்திய காலத்தில், மனஅழுத்தமிக்க இருளில் ஐரோப்பியர்கள் அமிழ்ந்திருந்தார்கள். இதிலிருந்து வெளியேறி, நவீன நாகரிகத்தின் அற்புதமான நினைவுச் சின்னத்தை அவர்கள் உருவாக்க வேண்டியிருந்தது. இந்தச் செயற்பாட்டில் அவர்களுக்கு உதவியாக அமைந்த விலை மதிப்பற்ற பாரம்பரியத்தை மீட்கின்ற மகத்தான பணி அரேபிய ஆயுதங்களுக்கும் இஸ்லாமிய ஏகத்துவத்தின் அடிப்படையில் எழுப்பப்பட்ட சமூக-அரசியல் கட்டமைப்பிற்கும் உரியதானது. இறைவனின் சேவையில் மேம்போக்காகப் பயன்படுத்தப்பட்ட இஸ்லாத்தின் வாள், உண்மையில் ஒரு புதிய சமூக சக்தியின் வெற்றிக்குப் பங்களித்தது. ஒரு புதிய, அறிவார்ந்த வாழ்வின் மலர்ச்சியாக அமைந்த இந்தப் புதிய சக்தி, இறுதியில் அனைத்து மதங்களுக்கும் நம்பிக்கைகளுக்குமான கல்லறையைத் தோண்டியது.

துல்லியமான பொருளில் கூறும்போது, இஸ்லாம் ஒரு மதம் என்பதிலும் பார்க்க, ஓர் அரசியல் இயக்கமாக எழுச்சியடைந்தது. இஸ்லாமிய வரலாற்றின் ஆரம்பக் கட்டங்களில், பாலைவனத்தில் வசித்த நாடோடிப் பழங்குடிகளின் ஒற்றுமைக்கான அழைப்பாக

இஸ்லாம் இருந்தது. இஸ்லாத்தின் அரசியல்-மத ஒன்றிணைவுக் கோட்பாடு வேகமாக உணரப்பட்டது. இதன் விளைவாக, ரோமானியப் பேரரசின் கீழிருந்த ஆசிய, ஆப்பிரிக்க மாகாணங்கள், பழங்காலச் சமூக ஒழுங்கிலிருந்து அகன்று, தப்பிப் பிழைப்பதற்கு உதவிய கொடியாக இந்த ஒன்றிணைவுக் கோட்பாடு மாறியது. முன்னைய எழுச்சியான கிறிஸ்தவம், தன்னளவில் தோல்வியுற்றிருந்தது. கிறிஸ்தவம் அதன் அசல் புரட்சிகர உத்வேகத்தை இழந்திருந்தது. இது ஒருபுறம் சமூகக் கலைப்புச் சிந்தாந்தமாகவும் (துறவறம்) மறுபுறம் சீரழிந்துகொண்டிருந்த பேரரசுக்கு ஆதரவளிப்பதாகவும் மாறியது. ஆனால் சமூக நெருக்கடி தொடர்ந்தது, அது கிறிஸ்தவத்தின் சீரழிவால் மோசமடைந்தது. நம்பிக்கையினதும் இரட்சிப்பினதும் நற்செய்தி அரேபியப் பாலைவன வணிகக் குழுக்களிடமிருந்து வந்தது. அவர்கள் சிதைவுற்ற ரோமானிய உலகின் ஊழல் நிறைந்த சூழலுக்கு வெளியே இருந்தார்கள். அவர்களுடைய இந்தச் சாதகமான நிலையால், அவர்கள் சிறப்பான நிலையிலிருந்தார்கள். 'இஸ்லாத்தின் எழுச்சி' மனித குலத்தைக் காப்பாற்றியது.

இஸ்லாமிய வரலாறு தொடர்பான ஒரு புகழ்பெற்ற எழுத்தாளர், முஹம்மதின் பணியைப் பற்றிப் பின்வருமாறு எழுதுகிறார்:

> அறிவையும் அதிகாரத்தையும் தேடும் ஆர்வத்துடன் விரைவான முன்னேற்றத்தின் பேரலையில் இருந்த ஒரு முழு தேசத்தையும் அவர் கண்டார். அரேபியாவின் பொதுமனதில் ஏற்பட்ட கிளர்ச்சிநிலை, முஹம்மதின் பணியைத் தோற்றுவித்ததோடு, அவருடைய காலத்திலேயே பல தீர்க்கதரிசிகள் தோன்றுவதையும் தூண்டியது (ஓக்லி, *ஹிஸ்டரி ஆஃப் த சாரசன்ஸ்*).

இஸ்லாமிய வரலாறு என்பது, திகைப்புற்றிருந்த உலகிற்கு முன் 'அல்லாஹு அக்பர்' என்ற இரத்தம் தோய்ந்த முழக்கத்துடன், குர்ஆனுக்கும் வாளுக்கும் இடையிலான தேர்வைக் கடுமையான முறையில் வழங்கிய, வெறிபிடித்த கூட்டங்களின் துணிச்சலான செயல்கள் என்றே மக்களுக்குச் சாரப்படுத்திக் காட்டப்படுகிறது. இந்த மக்கள், முஹம்மதை அடுத்து உடன்வந்த ஆட்சியாளர்கள் மட்டுமே முற்றிலும் உலகாயத ரீதியானதும் சமய ரீதியானதுமான ஆக்கிரமிப்புகளில் ஈடுபட்டார்கள் என்பதை அறியாதவர்களாகவோ, வசதியாக அதை ஒதுக்கி விடுபவர்களாகவோ

இருக்கிறார்கள். எனினும் அந்த முஸ்லிம் ஆட்சியாளர்கள்கூட, அலரிக், அற்றிலா, ஜென்செரிக், செங்கிஸ் அல்லது டாமர்லேன் போன்ற மனித குலத்தின் காட்டுமிராண்டித்தனமான வெறியர்களிடமிருந்து, மேன்மையான பண்பு, தூய்மையான நோக்கம், இறைபக்தி போன்றவற்றால் வேறுபடுத்தப்பட்டிருந்தார்கள். அவர்களின் பக்தி மூடநம்பிக்கையால், பலப்படுத்தப்பட்டிருக்கலாம். ஆனால் அது போலித்தனத்தால், கறைபட்டிருக்கவில்லை. பெருந்தன்மையாலும் உறுதியான பொது அறிவாலும் அவர்களின் மதவெறி மென்மையாக்கப்பட்டது. அவர்களின் லட்சியம் வியப்புக்குரிய வகையில் சுயநலத்திலிருந்து பிரிந்திருந்தது. அவர்களைப் பொறுத்தவரை, பேராசையை மறைப்பதற்கான ஒரு திரையாக அவர்களுடைய இறைபக்தி இருக்கவில்லை.

முதலாவது 'நம்பிக்கையாளர்களின் தளபதி' அபூபக்கரைவிட அதிகம் உணர்ச்சிவசப்படக்கூடியவர்களாகவும், அதிகப் பக்தியுள்ளவர்களாகவும், அதிக நேர்மையானவர்களாகவும், அதிக அடக்கமுள்ளவர்களாகவும் ஒரு சிலரே வரலாற்றில் இருக்கிறார்கள். 'இறைவனின் படை'க்கான அவருடைய மறக்க முடியாத கட்டளை பின்வருமாறு இருந்தது: 'நீதியாளர்களாக இருங்கள்; அநியாயக்காரர்கள் ஒருபோதும் வெற்றியடையமாட்டார்கள். வீரர்களாயிருங்கள்; சரணடைவதைவிட வீரமரணமடையுங்கள். இரக்கமுடையோராயிருங்கள்; முதியோரையும் பெண்களையும் சிறுவர்களையும் கொல்ல வேண்டாம். கனிமரங்களையோ, தானியங்களையோ, கால்நடைகளையோ அழிக்க வேண்டாம். உங்கள் எதிரிகளாயினும் வாக்குறுதியைக் காப்பாற்றுங்கள். உலக வாழ்க்கையிலிருந்து விடுபட்டு வாழ்பவர்களைத் துன்புறுத்தாதீர்கள்.' சங்கைக்குரிய தலைவரின் இந்தப் புகழ்மிக்கக் கட்டளைகள் அவரால் நேர்மையாக உச்சரிக்கப்பட்டன என்பதற்கும், பக்திமிக்க சீடர்களால் அவை உறுதியாகப் பின்பற்றப்பட்டன என்பதற்கும் 'இறைவனின் படை'யின் தடுக்க முடியாத முன்னேற்றம் சான்றாக உள்ளது.

பைசாந்திய ஊழல், பாரசீக சர்வாதிகாரம், கிறிஸ்தவ மூடநம்பிக்கை போன்றவற்றால், எங்கும் ஒடுக்கப்பட்டும் கொடுமைப்படுத்தப்பட்டும் துன்புறுத்தப்பட்டும் வந்த மக்கள், தம்மை விடுவிப்பவர்களாக அரேபியப் படையெடுப்பாளர்களை

வரவேற்றார்கள். இறைத்தூதரின் புரட்சிகரப் போதனைகளுக்கு முற்றிலும் விசுவாசமாக இருந்த அரேபியப் படையெடுப்பாளர்கள், தமது கலீஃபாவால் வழங்கப்பட்ட உன்னதமானதும் சிறந்த செயற்தன்மை கொண்டதுமான கட்டளைகளின் பிரகாரம் கீழ்ப்படிந்து செயற்பட்டார்கள். இதனால் அவர்கள் தாம் வெற்றிகொண்ட மக்களின் அனுதாபத்தையும் ஆதரவையும் எளிதாகப் பெற்றார்கள். எந்தவொரு படையெடுப்பாளரும், தாம் வெற்றிபெற்ற மக்களின் செயலூக்கமான ஆதரவு அல்லது மௌனமான சகிப்புத்தன்மை இல்லாமல், அவர்கள் மீது நிலையான மேலாதிக்கத்தை நிறுவ முடியாது.

இரண்டாவது கலீஃபா உமருடைய மூர்க்கத்தனமான குதிரை வீரர்கள் ஒருபுறம், பாரசீகப் பேரரசின் வழியாக ஆக்சஸின் தொலைதூரக் கரைகள்வரை வெற்றிகரமாக முன்னேறினார்கள். மறுபுறம் ரோமானிய உலகின் இரண்டாவது பெருநகரமான அலெக்சாந்திரியாவின் எஜமானர்களாக இருந்தார்கள். இத்தகைய சிறப்புக்குரிய உமர், ஓர் ஒட்டகத்தின் மீது அமர்ந்தபடி ஜெருசலமிற்குள் வெற்றியுடன் நுழைந்தார். அவரது ஒட்டகம், மயிர்களினாலான நேர்த்தியற்ற ஒரு சிறு கூடாரம், ஒரு கோதுமைப் பை, ஒரு பேரீச்சம்பழப் பை, ஒரு மரக்கிண்ணம், தோலினாலான ஒரு தண்ணீர்க் குடுவை என்பவற்றையும் சுமந்து வந்தது. இவைதான் உமருடைய முழுமையான அரச உணவுப் பொருள் களாகவும் உபகரணங்களாகவும் இருந்தன. பாரசீகம், மெசபடேமியா, சிரியா, பாலஸ்தீனம், எகிப்து ஆகிய நாடுகளை வென்றவர் களின் எளிமை, பக்தி, சமத்துவம், நீதி என்பவை பற்றிக் கிப்பன் பின்வருமாறு விளக்குகிறார்:

> அவர் எங்கெல்லாம் தரித்து நின்றாரோ அங்கெல்லாம் அவருடைய இல்லத்து விருந்தில் கலந்துகொள்ளுமாறு படையினர் அனைவரும் எந்த வேறுபாடுகளுமின்றி அழைக்கப் பட்டனர். அத்துடன் நம்பிக்கையாளர்களின் தளபதியினுடைய பிரார்த்தனையாலும், சமயச் சொற்பொழிவுகளினாலும் அந்த உணவு பக்திபூர்வமானதாக்கப்பட்டது. ஆனால் பயணம் அல்லது புனித யாத்திரைகளின்போது அவருடைய அதிகாரம், நீதி நிர்வாகத்தில் பிரயோகிக்கப்பட்டது. அவர் கட்டுப்பாடற்ற பலதார மண முறையிலும், அரேபியரின் பலதார மண

முறையிலும் சீர்திருத்தங்களை ஏற்படுத்தினார்; பலவந்த மாகவும் கொடூரமான முறையிலும் கப்பம் வசூலிக்கப் படுவதில் இருந்து கோத்திரங்களை விடுவித்தார்; அரேபியர் அணிந்த விலைமதிப்பு மிக்க சில்க் ஆடைகளைக் கறைப் படுத்தி, அவற்றை அழுக்குடன் அவர்களின் முகங்களில் இழுத்து அவர்களை அவர் தண்டித்தார் (*ரோமானியப் பேரரசின் வீழ்ச்சியும் தோல்வியும்*).

தனது பெரும் வீரத்தினால் அரேபியா, மெசபடேமியா, சிரியா ஆகிய நாடுகளை இஸ்லாமியக் கொடியில் கீழ் ஒன்றிணைத்தவரும், 'இறைவனின் வாள்' என நபிகள் நாயகத்தால் அழைக்கப் பட்டவருமான காலித் இறக்கும்போது, அவருடைய குதிரை, ஆயுதங்கள், ஓர் அடிமை என்பவற்றை மட்டுமே அவர் தமது உடைமையாகக் கொண்டிருந்தார். 'சிரியாவின் சுவைமிகுந்த உணவுகளோ இந்த உலகின் மங்கி அழியும் மகிழ்ச்சிகளோ மதத்திற்காக என்னை அர்ப்பணிக்கும்படி தூண்டவில்லை. இறைவனின் கருணையையும் அவனுடைய தூதரின் கருணை யையும் மட்டுமே நான் வேண்டுகிறேன்' என்று தமது இளமைப் பருவத்திலேயே பிரகடனம் செய்த பெருமைக்குரியவராகக் காலித் இருந்தார்.

எகிப்தின் வீரமிக்க வெற்றியாளராக விளங்கிய அம்ர் தற்காப்புக் கலையில் சிறந்த வீரராக மட்டுமன்றி, தனது கவித்துவ மேதைமையாலும் சிறப்புக்குரியவராகப் போற்றப்பட்டார். கலீஃபா உமருக்கு அவர் வழங்கிய அறிக்கையில் பின்வரும் புகழ் பெற்ற பகுதி காணப்படுகிறது:

> நிலத்தைக் கருமையாக்குகின்ற பண்ணையாட்களின் கூட்டத்தை, உழைக்கின்ற எறும்புகளின் கூட்டத்துடன் ஒப்பிடலாம்; அவர்களுடைய பூர்வீக சோம்பேறித்தனம், மேலாளரின் சாட்டையினால் வேகம் கொள்கிறது. ஆனால் படைக்கின்ற செல்வங்கள் உடைமையாளருக்கும் உழைப்பாளருக்கும் இடையே சமமற்ற முறையில் பகிரப்படுகின்றன.

அவருடைய காலத்துடன் ஒப்பிடுகையில் இது மிக முன்னேறிய மதிப்பீடு. பண்டைய நாகரிக நாடுகள் எதிலும் சமூகச் சமத்துவம் பற்றிய கருத்து அறியப்பட்டிருக்கவில்லை. அடிமைகளாகவோ சூத்திரர்களாகவோ இருந்த உழைக்கும் மக்கள் சட்டப்பூர்வமாகவே

அவமதிப்புக்கும் சுரண்டலுக்கும் ஆளாகியிருந்தனர். அவர்கள் மனிதர்களாகவே கருதப்படவில்லை. ஆரம்பத்தில், முதலாவது கலீஃபாவின் அற்புதமான கட்டளைகளில் உருவாகி, அரேபிய வணிகர்களின் நலனுக்காகப் பரிணமித்த பொருளாதாரக் கோட்பாடு, பழைய சமூகக் கண்ணோட்டத்தைப் புரட்சிகர மாக்கியது. உழைக்கும் மக்களால் உற்பத்தி செய்யப்படுகின்ற செல்வத்தில் ஒரு பகுதி அவர்களிடமே விடப்படுகின்றபோது, அது வணிகத்திற்கு ஒரு சக்திமிக்கத் தூண்டுகோலாக மாறுகிறது. பார்வோன்களின் அரசுகளையும் தாலமிகளின் அரசுகளையும் வெற்றிகொண்ட அரேபியப் போர்வீரன், தனது கவித்துவப் பார்வையைப் பாதித்த வெளிப்படையான ஏற்றத்தாழ்வுகளைச் சரிசெய்யும் பணியில் வெற்றிகரமாக ஈடுபட்டான். பல நூற்றாண்டு களாகக் கிரேக்கர்களாலும் ரோமானியர்களாலும் சூறையாடப் பட்டும் சீரழிக்கப்பட்டும் வந்த எகிப்து, அரேபியர்களின் கீழ் செழித்தோங்கியது.

அரேபியர்கள் தங்களுடைய வரலாற்றில் முதன்மை பெற்றிருந்த போர்க்காலக் கட்டத்திலும், மதத்தின் பெயரால் கொள்ளை யடிக்கின்றவர்களாகவோ, வன்புணர்ச்சியில் ஈடுபடுகின்றவர் களாகவோ, மரணத்தையும் அழிவையும் பரப்புகின்றவர்களாகவோ இருக்கவில்லை. இதை நிரூபிக்கின்ற சாட்சியங்கள் முடிவற்று இருக்கின்றன. அவர்கள் வெறித்தனமான, கொள்ளையிடுகின்ற காட்டுமிராண்டி குழுக்களைப் போன்று ஒருபோதும் செயற்பட வில்லை. அத்துடன், கலீஃபாக்கள், துணை அரசுகள், சுயாதீன மான பேரரசு என்பவற்றின் ஆதரவின் கீழ் நீண்டகாலமாகச் செழித்தோங்கியிருந்த அறிவு, பண்பாட்டுச் சகாப்தத்துடன் ஒப்பிடுகின்ற போது, இந்தப் படையெடுப்புக் காலம் குறுகியதாக இருந்தது.

மதீனாவில் நபிகள் நாயகம் எழுச்சி பெற்று சுமார் நூறு ஆண்டுகளுக்குப் பின்னர் 'அமைதியின் நகரம்' என அழைக்கப் பட்ட பாக்தாத்தில் அப்பாசியர்கள் ஆட்சி நிறுவப்பட்டது. அதனோடு அவர்களின் படையெடுப்புக் காலமும் முடிவுக்கு வந்தது. அன்றிலிருந்து, அரேபியர்களின் போர் நடவடிக்கைகள் அடிப்படையில், ஒரு தொலைதூர பேரரசின் தற்போதைய தாக்குதல் மற்றும் தற்காப்பு தன்மையையே கொண்டிருந்தன.

காலமும் செழிப்பும் அரேபியர்களின் உறுதியான ஈடுபாட்டை மென்மையாக்கின. இனிமேலும் போரில் செல்வத்தைத் தேடாமல், வணிகத்திலும் தொழில்துறைகளிலும் அவர்கள் செல்வத்தைத் தேடத் தொடங்கினார்கள்; புகழைப் போர்க் களத்தில் அல்லாமல், விஞ்ஞான, இலக்கியத் தேடலில் கண்டார்கள். ஒரே இறைவனையும், அவனுடைய ஒரே தீர்க்க தரிசியையும் பக்திபூர்வமாக வழிபடுவதில் அல்லாமல், சமூக, குடும்ப யாழ்வின் தீங்கற்ற இன்பத்தில் மகிழ்ச்சியை அடைந்தார்கள். போர் என்பது, அரேபியர்களின் ஆவத்திற்கும் பெருமிதத்திற்கும் உரிய செயலாக இனியும் இருக்கவில்லை, ஏனெனில் அவர்கள் தமது மூதாதையர்களின் பராக்கிரமத்தால் உருவாக்கப்பட்ட அமைதியான உலகில் தமது ஆர்வத்தையும் மகிழ்ச்சியையும் பெற்றுக்கொண்டனர். சொர்க்கம் பற்றிய நம்பிக்கையுடனும் உலகியல் ஆதாயங்கள் தற்செயலானவை என்ற எண்ணத்துடனும் அபூபக்கர், உமர் போன்றோரின் போர்க்குணத்திற்கு நிகராகவும் விளங்கிய துணிச்சல் மிக்க மாவீரர்களின் சந்ததியினர், வணிகம், தொழில்துறை போன்ற மிதமான தொழில்கள் கூடுதல் இலாபம் தருபவையாகவும் அறிவியலும் தத்துவமும் மிகவும் திருப்தியை வழங்குபவை யாகவும் இருப்பதைக் கண்டார்கள்.

இவ்வாறு அமைதி, செழிப்பு, முன்னேற்றம் போன்றவற்றைக் கொண்ட முந்நூறு ஆண்டுகள் கழிந்தன. இதன் பின்னர், சிலுவைப் போர்கள் என்ற வஞ்சக வடிவத்தில் வந்த கிறிஸ்தவ ஆக்கிரமிப்பால், அரேபியர்களின் போர் வீரம் புத்துயிர் பெற்றது. மத்திய ஆசியாவிலிருந்து வந்த மங்கோலிய காட்டுமிராண்டிகளால் அரேபியர்களின் வலிமை தோற்கடிக்கப்பட்ட பின்னரே, கொள்ளையும், சூறையாடலும், கொடுங்கோன்மையும், ஒடுக்கு முறையும் முஸ்லிம் வெற்றிகளுடன் இணைந்தன; சீரழிந்து கொண்டிருந்த அரசவையின் ஆடம்பரத்தால், அரேபியக் கல்வியும் பண்பாடும் சீர்குலைக்கப்பட்டு வந்தன; இஸ்லாத்தின் பெருமைக்குரிய உயர்நிலை, அதன் உண்மையான புரட்சிகரப் பண்பை இழந்துவிட்டிருந்தது. இந்த நிலையில் இஸ்லாம் துருக்கியர் களிடமும் தார்தார்களிடமும் பேராசை பிடித்த அவர்களுடைய கொடுங்கரங்களில் இழிவுக்கு உள்ளாக்கப்பட்டு வந்தது.

இஸ்லாத்தை இராணுவ வாதத்துடன் குழப்புவது வரலாற்றை முற்றிலும் தவறாகப் புரிந்துகொள்வதாகும். முஹம்மது, அரேபியப் போர் வீரர்களின் தீர்க்கதரிசி அல்ல, மாறாக அவர் அரேபிய வணிகர்களின் தீர்க்கதரிசியாக இருந்தார். அவர் தமது மதத்திற்கு வழங்கிய பெயரே, அந்த மதத்தினுடைய நோக்கம் பற்றித் தற்போது நிலவுகின்ற கருத்துடன் முரண்படுகிறது. சொற் பிறப்பியல் ரீதியாக, இஸ்லாம் என்றால் சமாதானத்தை ஏற்படுத்துதல் அல்லது சமாதானத்தை உருவாக்குதல் என்பதாகும். வணங்குவதற்குரியவன் இறைவன் ஒருவனே என்பதை மறுதலிப்பதாக அமைகின்ற விக்கிரகங்களின் மோசடியான தெய்வத்தன்மையை நிராகரித்து, இறைவனின் ஒற்றை நிலைக்கு மரியாதை செலுத்துவதன் மூலமாக இறைவனுடன் சமாதானத்தை ஏற்படுத்துவதாகும்; அரேபியப் பழங்குடிகளின் ஒற்றுமையின் மூலமாக உலகில் சமாதானத்தை ஏற்படுத்துவதாகும். பூமியில் சமாதானம் உடனடி முக்கியத்துவம் வாய்ந்தது, அது பெரும் சாதகங்களை ஏற்படுத்தக்கூடியது. அரேபிய வணிகர்களின் உலகியல் சார்ந்த நலன்கள் சமாதானத்தை வேண்டி நின்றன. ஏனெனில் அமைதியான நிலைமைகளில் வணிகம் சிறப்பாகச் செழித்து வளர்கிறது. சிதைந்த அரசுகள், சீரழிந்த மதங்கள் என்பன தொடர் போர்களையும் நீடித்த கலகங்களையும் தோற்றுவிக் கின்றன. இதனால், அவற்றின் அழிவு அமைதிக்கான ஒரு நிபந்தனையாக இருந்தது. முஹம்மதின் கொள்கை உள்நாட்டில் சமாதானத்தை ஏற்படுத்தியது. அரேபியர்களின் போர்த்திறன், சமர்கந்த் முதல் ஸ்பெயின் வரையிலான பரந்த பகுதிகளில் வாழ்ந்த மக்களுக்கும் அதே சமாதானத்தை வழங்கியது.

அரேபியர்களின் ஆதிக்கத்தின் கீழ் ஒரு நாடு வந்தவுடனேயே தொழில்துறைக்கும் விவசாயத்திற்கும் அவர்கள் வழங்கிய ஊக்கத்தின் காரணமாக, அந்நாட்டின் பொருளாதார வாழ்க்கை வேகமெடுத்தது. அரபு வணிகர்களின் உணர்வும் ஆர்வமும் இஸ்லாமிய அரசின் கொள்கையைத் தீர்மானித்து இயக்கியது. ரோமானிய உலகின் ஆளும் வர்க்கமும் அதேபோன்று தொன்மை யான நாகரிகத்தைக் கொண்டிருந்த பிற எல்லா நாடுகளின் ஆளும் வர்க்கங்களும் அனைத்து உற்பத்தி உழைப்பையும் வெறுத்தனர்; அதாவது அவர்கள் வணிகத்தையும் தொழில்துறையையும்

இழிவாகப் பார்த்தனர். போரும் வழிபாடு களுமே அவர்களின் உன்னதமான தொழில்களாக இருந்தன. ஆனால் அரேபியர்களைப் பொறுத்தவரை இது வித்தியாசமாக இருந்தது. பாலைவன நாடோடி வாழ்க்கையானது உழைப்பை, சுதந்திரத்தின் ஊற்று மூலமாகப் போற்றுவதற்கு அவர்களுக்குக் கற்பித்திருந்தது. அவர் களைப் பொறுத்தவரையில் வணிகம் என்பது சுதந்திர மனிதனின் ஒரு கௌரவமான தொழிலாகவும் அதேபோன்று இலாபகரமானத் தொழிலாகவும் இருந்தது. இவ்வாறு இஸ்லாமிய அரசு பழைய உறவுகளில் இருந்து முற்றிலும் வேறுபட்ட சமூக உறவுகளை அடித்தளமாகக் கொண்டிருந்தது. மதம் தொழில்துறையைப் புகழ்ந்தது, மேலும் இயற்கையின் இயல்பான இன்பங்களை ஊக்குவித்தது. வணிகம் சுதந்திரமானது, அத்துடன் அரசியல் திறன், போர், எழுத்து, அறிவியல் போன்று ஓர் உன்னதமான தொழிலாகவும் அது இருந்தது. பாக்தாத்தின் கலீஃபாக்கள் பெரிய வணிகர்கள் மட்டுமல்ல; உண்மையில், முந்தைய கலீஃபாக்கள் உடலுழைப்பின் மூலம் கிடைக்கும் வருமானத்தைக் கொண்டு தங்களுடைய சொந்தத் தேவைகளை நிறைவேற்றுவதற்காகச் சில கைவினைகளையும் கற்று, அவற்றைச் செயற்படுத்தினார்கள். பெரும்பாலான புகழ்பெற்ற அரேபியத் தத்துவவாதிகளும் அறிஞர்களும் செல்வமிக்க வணிகக் குடும்பங்களிலிருந்து வந்தவர்கள். புகாரா, சமர்கந்த் அரசவை களின் பண்பாடும் மெருகூட்டலும் ஆப்பிரிக்காவின் ஃபதேமைட் ஆட்சியாளர்களின் கொடைகளும்; அந்தலூசிய சுல்தான்களின் மகிமையும் கொடுங் கோன்மை நடவடிக்கைகளால் பெறப்பட்ட வரிகளின் மூலமாக இடம்பெறவில்லை. மாறாக, வளமான வாணிபத்தின் மூலம் பெறப்பட்ட இலாபங்களால் அவை மேற்கொள்ளப்பட்டன.

சில சூழ்நிலைகளில், வணிகமானது ஆன்மிகப் புரட்சியின் சக்தி வாய்ந்த கருவியாக அமைகின்றது. அரேபிய வணிகரின் விருப்பம் முஹம்மதின் ஏகத்துவத்தை உருவாக்கியது. இந்த ஏகத்துவம், தன் பங்கிற்கு ஒரு பாலைவன நாடோடிகளை, வரலாற்றின் மிகப் பரந்ததும் மிகச் செழிப்பு மிக்கதுமான பேரரசுகளில் ஒன்றை உருவாக்குவதற்கு உத்வேகம் அளித்தது. குர்ஆனின் சட்டங்கள் சமூக உறவுகளில் புரட்சியை ஏற்படுத்தின. இந்தப் புரட்சியின் விளைவாக உருவான அதிகரித்த உற்பத்தி,

வணிகத்தை விரைவுபடுத்தியது. இது பழமை வாதத்தையும் ஆன்மிக மேம்பாட்டையும் கொண்ட ஒரு சகாப்தத்திற்கு வழி வகுத்தது. வணிகம் மனிதனின் கண்ணோட்டத்தை விரிவுபடுத்துகிறது.

தொலைதூர இடங்களுக்குச் செல்கின்ற ஒரு வணிகர், அங்குள்ள மக்களின் விசித்திரமான பழக்கவழக்கங்களைப் பார்த்துப் பழகுகிறார், பல்வேறு இனங்களைச் சேர்ந்த மக்களுடன் கலந்து உறவாடுகிறார். இவற்றின் விளைவாகத் தனது சொந்த மண்ணின் உள்ளூர் நிலைமைகளிலிருந்து உருவான தப்பெண்ணங் களிலிருந்தும் வரையறைகளிலிருந்தும் தன்னை அவர் விடுவித்துக் கொள்கிறார். மற்றவர்களின் பழக்கவழக்கங்கள், கண்ணோட்டங்கள், நம்பிக்கைகள் போன்றவற்றின் மீதான சகிப்புத்தன்மையையும் அனுதாபத்தையும் அவற்றைப் புரிந்துகொள்ளும் திறனையும் அவர் வளர்த்துக்கொள்கிறார். அறியப்படாத கடலில் அவருடைய பயணத்திற்கு வழிகாட்டுவதற்கோ நிலங்களில் அவருடைய அடிவைப்புகளை வழிநடத்துவதற்கோ உதவுகின்ற அவதானிப்பும் துருவி அறியும் தன்மையும் அவருள் காணப்படக்கூடிய ஏமாளித் தனமான திருப்தியைக் கொல்கின்றன.

விமர்சனத் திறனின் வளர்ச்சியானது, அவரை அறிவின் வாயிலுக்குக்கொண்டு செல்கிறது. தனது தொழிலின் காரணமாக ஒரு வணிகர் அருவமாகச் சிந்திக்கக் கற்றுக்கொள்கிறார். தன்னிடம் எந்த வகையான வணிகப்பொருள்கள் இருக்கின்றன என்பதில் அவர் ஆர்வம்கொள்வதில்லை. அவருடைய மனம் இலாபம் என்ற எண்ணத்திலேயே மூழ்கியிருக்கிறது. அவருடைய ஒட்டகங் களில் அல்லது கப்பல்களில் இருப்பவை கம்பளியோ, தானியமோ, நறுமணப் பொருள்களோ எதுவாயிருந்தாலும் அவருக்கு ஒன்றுதான். தான் கையாளுகின்ற இந்த அல்லது அந்தப் பொருள்களைப் பற்றி அவர் அக்கறை கொள்வதில்லை.

இவைதான், ஒரு வணிகர் தான் வாங்குகின்ற அல்லது விற்கின்ற சரக்கிலிருந்து பெறப்படுகின்ற இலாபத்தை ஈட்டுவதற் கான வழிமுறைகள்; ஒரு வணிகர், பொருள்களில் உள்ளடங் கியுள்ள பெறுமதிக்காக அவற்றைப் பாராட்டுவதில்லை, மாறாக இலாபத்தைப் பெற்றுத் தருவதற்கு அவை கொண்டுள்ள ஆற்றலுக்கு ஏற்பவே அவற்றை அவர் பாராட்டுகிறார்.

விசித்திரமான விடயங்கள் மீதான சகிப்புத்தன்மை, அவற்றைப் புரிந்துகொள்வதற்கான முயற்சி, தப்பெண்ணங்களிலிருந்து விடுபடல், அவதானிப்புத் திறன், அருவமாக (சூக்குமமாக) சிந்திக்கும் ஆற்றல்—வணிகரால் சுவீகரிக்கப்படுகின்ற இத்தகைய பண்புகள் அனைத்தும் அவருடைய தொழில் இயல்புக்கு நன்றிக் கடன்பட்டிருந்தன—ஒரு தத்துவக் கண்ணோட்டத்தை உருவாக்குவதற்கு அவரை அவை இட்டுச் செல்கின்றன. வேறுபட்ட மனிதர்களைக் காண்கின்ற ஒரு வணிகர், மீ-நம்பிக்கைகளின் பல்வகை வடிவங்களை இறைஞானம் எனவும் குழப்பமான சடங்குகள், வழிபாடுகள் அல்லது பக்தி வெளிப்பாடுகள் போன்றவற்றைச் சமமாகவும் போற்றுகிறார். நிலையான உண்மையின் கண்ணியத்திற்காக, தப்பெண்ணங்களைப் பாராட்டுகிறார். பயணம் செய்கின்ற உலகளாவிய மனம் கொண்ட ஒரு வணிகர், அனைவருடைய ஏமாளித்தனத்தையும் பார்த்துக் கருணையுடன் புன்னகைக்கிறார், அவர்களின் ஒழுக்கக்கேடுகளைப் பார்த்து சமமான முறையில் வருந்துகிறார், இறையியல் கோட்பாடுகளிலும் வழிபாட்டு முறைகளிலும் மேலோட்டமாகக் காணப்படுகின்ற வேறுபாடுகளுக்கு அடியில் உள்ளடங்கியுள்ள நம்பிக்கையின் பொதுவான அம்சத்தை அவர் மதிக்கிறார்.

இடைக்கால உலகின் சர்வதேச வணிகத்தின் முக்கியப் பாதைகள், இஸ்லாத்தைத் தழுவியதாகவும் அரேபியப் பேரரசில் இணைந்ததாகவும் இருந்த நாடுகளினூடாக அமைந்திருந்தன. சீனாவுடனான வடக்குப் பாதைகள், கான்ஸ்தாந்திநோபிள் வழியாக இத்தாலிக்கும், மேற்கு ஐரோப்பாவின் பிற நாடுகளுக்கும் சென்றன. சித்தியர்களின் ஊடுருவல்களினாலும் பைசாந்திய பேரரசின் அழிவுகரமான நிதிக் கொள்கைகள் காரணமாகவும் இந்தப் பாதைகள் மிக ஆபத்திற்குரியவையாக இருந்தன. சிரியா, மெசபடோமியா, பாரசீகம் மற்றும் ஆக்சஸசுக்கு குறுக்கே உள்ள பகுதிகளை அரேபியர்கள் கைப்பற்றினார்கள். அதன் பின்னர் அவர்கள் சீன வணிகத்தைக் கைப்பற்றி, வட ஆப்பிரிக்காவிலும் ஸ்பெயினிலும் இருந்த தமது ஆட்சிப் பகுதிகளுக்கூடாகக் கடந்து, இறுதியில் மேற்கு ஐரோப்பாவின் சந்தைகளை அடையும் வகையில் வணிகப் பாதைகளைத் திருப்பிவிட்டார்கள். எட்டாம் நூற்றாண்டு முதல் பதினோராம்

நூற்றாண்டு வரையிலான கால கட்டத்தில், ஒருபுறம் சீனாவிற்கும் இந்தியாவிற்கும் இடையிலும் மறுபுறம் ஐரோப்பாவிற்கும் இடையிலான முழு வணிகமும் நடைமுறையில் அரேபியர்களால் மேற்கொள்ளப்பட்டன. ஆயிரக்கணக்கான அரபு வணிகர்கள் தங்களுடைய விலைமதிப்பற்ற சரக்குகளுடன் சீனா மற்றும் இந்தியாவின் தொலைதூர எல்லைகளிலிருந்து மொரோக்கோ, ஸ்பெயின் வரை பயணம் செய்தார்கள். கிரேக்கத்தைத் தவிர, பண்டைய நாகரிகத்தைக் கொண்டிருந்த எல்லா நாடுகளிலும் அவர்கள் வரவேற்கப்பட்டார்கள். இந்த நாடுகளில் ஏனைய வணிகர்களுக்கு நிகழ்ந்தது போன்று, அரபு வணிகர்கள் துன்புறுத்தப் படவோ வெறுக்கப்படவோ இல்லை. அரேபியப் பேரரசில் வணிகர்கள்தான் ஆளும் வர்க்கத்தினர்.

இவ்வகையில், அரேபியப் பேரரசின் செல்வ நிலை காரணமாக அறிவும் பண்பாடும் மிகவும் ஆடம்பரமாகச் செழித்து வளர்ந்தன. இவை, அவர்களுடைய பூர்வீகப் பண்பான பரந்த மனப்பான்மை, உலகப் பொதுமைவாதம் (*காஸ்மோபொலிடனிசம்*), ஐயுறவு வாதம் என்பவற்றின் முத்திரையைத் தாங்கியிருந்தன. யுத்த பிரபுத்துவம், பொறாமை மிக்கப் புரோகிதத்துவம் ஆகிய தலைமையின் கீழ், மனித சிந்தாந்தமானது தெளிவற்ற மாயா வாதத்திற்குரிய, வறட்டு நம்பிக்கையின் வடிவத்தை எடுக்கிறது. மாறாக, பிரபஞ்சத்தைப் பற்றிய அறிவுப்பூர்வமான விளக்கத்தைத் தேடுகின்ற தத்துவமானது, வாணிபத்தில் ஈடுபடுகின்ற உயர்குடிப் பிரிவினரால் ஆட்சி செய்யப்படுகின்ற ஒரு சமூகத்தில் தோன்றுகிறது. எனவேதான், அயோனிய கிரேக்கர்களின் நகர அரசுகள், தத்துவத்தின் பிறப்பிடமாக அமைந்தன.

வரலாற்றின் ஒரு அவசியமான உருவாக்கமாக இஸ்லாம் இருந்தது. அது மனித முன்னேற்றத்தின் ஒரு கருவியாக இருந்தது. புதிய சமூக உறவின் சிந்தாந்தமாக அது எழுந்தது. அது தன் பங்கிற்கு, மனித மனத்தைப் புரட்சிகரமாக்கியது. எனினும் பழைய பண்பாடுகளைப் புரட்டிப்போட்டு, மாற்றியமைத்தது போலவே, இஸ்லாமும் காலப்போக்கில் சிதைவுற்றது. மேன் மேலும் இடம்பெற்ற சமூக முன்னேற்றங்களினால் இஸ்லாம் ஒதுக்கப்பட்டது. இதன் விளைவாக, புதிய நிலைமைகளில் இருந்து தோன்றிய புதிய சக்திகளிடம் இஸ்லாம் தன்னுடைய

ஆன்மிகத் தலைமைத்துவத்தைக் கையளிக்க வேண்டியேற் பட்டது. ஆயினும் அடுத்தடுத்த சமூகப் புரட்சியைத் தோற்றுவித்த புதிய கருத்தியல் சாதனங்களை உருவாக்குவதற்கு இஸ்லாம் பங்களிப்பு செய்தது. பரிசோதனை விஞ்ஞானமும் பகுத்தறிவுத் தத்துவமும் (ரஷனலிஸ்ட் பிலோஸோபி) இத்தகைய கருத்தியல் சாதனங்களாக இருந்தன. இஸ்லாம் ஒரு புதிய சமூகப் புரட்சிக்குரிய கருத்தியலை ஊக்குவிப்பதில் கருவியாக விளங்கியிருக்கின்றது என்பது, இஸ்லாமியப் பண்பாட்டிற்குரிய பெருமையாக அமைகின்றது.

மத்தியகால காட்டுமிராண்டி நிலையின் குழப்பத்திலிருந்து, ஐரோப்பாவை முதலாளித்துவ உற்பத்தி முறை காப்பாற்றியது. அது கிறிஸ்தவ இறையியலையும் கத்தோலிக்கத் திருச்சபையின் ஆன்மிக ஏகபோகத்தையும் பகுத்தறிவியல் தத்துவம் என்ற சக்திமிக்க ஆயுதத்தின் மூலம், நீண்டகாலமாக எதிர்த்துப் போரிட்டு முறியடித்தது. கிரேக்க அறிஞர்களினால் கண்டுபிடிக்கப் பட்ட இந்த ஆயுதம், அரபு அறிஞர்கள் மூலமாக நவீன நாகரிகத்தை நிறுவியவர்களிடம் வந்துசேர்ந்தது. அரேபியர்கள் விலைமதிப் பற்ற இந்தத் தத்துவமுறைமையைப் பாதுகாத்தது மட்டுமன்றி, அதை அழகாக மெருகூட்டினார்கள். அரேபிய பாலைவன நாடோடிகளால் இஸ்லாம் என்ற கொடியின் கீழ் தொடங்கிய வரலாற்று முக்கியத்துவம் மிக்கப் போர், மூன்று கண்டங்களிலும் சிதறிக்கிடந்த நிலங்களில் ஆயிரம் ஆண்டு களாகப் படிப்படியாக முன்னெடுக்கப்பட்டது. இறுதியில், பதினெட்டாம் நூற்றாண்டு அறிவொளி, முதலாளித்துவப் புரட்சி ஆகியவை மதச்சார்பற்ற நிலைமையின் கீழ் அது வெற்றி பெற்றது.

3

இஸ்லாத்தின் சமூக-வரலாற்றுப் பின்னணி

இஸ்லாம்—சமாதான மார்க்கம்—எவ்வகையிலும் முஹம்மதின் உருவாக்கம் அல்ல, ஏனைய மதங்களின் தோற்றங்களும் இவ்வாறு அவற்றை உருவாக்கியவர்களுடன் இணைக்கப் பட்டன. எந்த மதமும் ஒரு தனிமனிதனின் படைப்பல்ல, அது திடீரென்று தோன்றவுமில்லை, எப்போதும் சொல்லப்படுவது போன்று இந்த அல்லது அந்த ஞானிக்கு வெளிப்படுத்தப் படவுமில்லை. ஏனைய மதங்களைப் போன்று இஸ்லாமும் அக்கால நிலைமைகளின் விளைவாகவும் அது தோன்றிய சூழ்நிலைமைகளின் விளைவாகவும் இருந்தது.

அசீரியர்கள், பாரசீகர்கள், மாசிடோனியர்கள், ரோமானியர்கள் போன்றோரின் வெற்றிப் படைகள் முன்னும் பின்னுமாக அணிவகுத்துச் சென்ற வாய்ப்புக்கேடான சாலையின் ஓரத்தில் அரேபியர்கள் வாழ்ந்தார்கள். எனினும், பரந்த அரேபியத் தீபகற்பத்தின் மக்கள் தங்களுடைய நாட்டின் இயற்கையான அம்சங்களினாலும் அந்த அம்சங்களால் வடிவமைக்கப்பட்ட வாழ்க்கை முறையின் காரணமாகவும் தங்களின் சுதந்திரத்தைப் பேணி வந்தார்கள். ஆனால் சுதந்திரத்தின் மீது கொண்டிருந்த உக்கிரமான காதலும் நாடோடி வாழ்வின் அவசியத் தேவைகளும் அரேபிய பாலைவனத்தில் வாழ்ந்த மக்களைப் பல இனக் குழுக்களாகப் பிரித்து, அவர்களிடையே ஓயாத சச்சரவுகளையும் போர்களையும் ஏற்படுத்தியிருந்தன.

மனிதகுலத்தின் பிற பகுதிகளிலிருந்து பிரிக்கப்பட்டிருந்த அரேபியர்கள் அந்நிய மனிதர்களை எதிரிகளாகக் கருதினார்கள். அவர்களுடைய நாட்டின் வறுமை, இந்த உணர்வை மேலும்

வளர்த்தது. இந்த இரண்டு காரணிகளும் அரேபியர்களின் சட்டத்தையும் ஒழுக்க நெறிகளையும் உருவாக்குவதில் பங்களிப்புச் செய்தன. அரேபியர்கள், தாம் முறையற்ற விதத்தில் பிறந்த இஸ்மாயிலின் வழித்தோன்றல்கள் என்ற காரணத்தால், தாங்கள் செழிப்பற்ற பாலைவனத்தில் வாழும் நிலைக்கு ஆளாகியிருந்த தாகவும் அதேவேளை மனிதகுலத்தின் ஏனைய கிளையினருக்கு வளமானதும் செழிப்புமிக்கதுமான நிலங்கள் வழங்கப்பட்டன என்றும் நம்பினார்கள். இதன் காரணமாக, தங்களிடமிருந்து பறிக்கப்பட்டதாக அவர்கள் நம்பிய ஒரு பாரம்பரிய பகுதியைப் பலவந்தமாகத் தாம் மீட்டெடுப்பதை அவர்கள் நியாயப் படுத்தினார்கள்.

முஹம்மது தோன்றுவதற்கு அறுநூறு ஆண்டுகளுக்கு முன்னர், அரேபியர்கள் தமது பூர்வீகத் தொழில்களான ஆடு வளர்ப்பு, குதிரை-வளர்ப்பு என்பவற்றைத் தவிர, கொள்ளை, வணிகம் ஆகிய இரண்டு இலாபகரமான தொழில்களிலும் ஈடுபட் டிருந்தார்கள் என ரோம வரலாற்றாசிரியர் பிளினி கூறுகிறார். சமூகப் பரிணாம வளர்ச்சியின் ஆரம்பக் கட்டங்களில் கொள்ளை, வணிகம் ஆகிய இவ்விரண்டும் பொதுவாக ஒரு மெல்லிய, மீள் தன்மையுள்ள எல்லைக் கோட்டால் வேறுபடுத்திக் காட்டப் படுகின்றன.

மலிவான விலைக்குப் பொருள்களை வாங்கி, அவற்றைக் கூடுதல் விலைக்கு விற்பதன் மூலமாக வியாபாரி இலாபத்தை ஈடுட்டுகிறார். அவர் எந்த அளவுக்கு மலிவான விலையில் வாங்குகிறாரோ அந்த அளவுக்கு அவரது இலாபம் அதிகரிக்கிறது. கொள்ளை அல்லது திருட்டின் மூலமாக அவர் ஆகக் குறைந்த விலையிலான பொருள்களை வைத்திருப்பவராக ஆகிறார். ஆகவே, வணிகத்தின் அடிப்படைக் கொள்கையின் இந்த அறநெறி ஏற்றுக்கொள்ளப்பட்டவுடன், ஆகக் கூடுதலான இலாபத்தை ஈட்டும் வகையில் செயற்படுவதற்கான வணிகரின் உரிமை சட்டபூர்வமானதாக மாறுகிறது. பின்னர், போட்டி அவருடைய பொருள்களின் விலையைக் குறைக்கிறது. போட்டியை ஒழிப்பதற்கான மிகவும் வசதியான வழி போட்டியாளரைக் கொள்ளையடிப்பதாகும். இதன் மூலம், போட்டியாளர் சந்தை யிலிருந்து விலக்கி வைக்கப்படுவதோடு மட்டுமல்லாது,

அவருடைய பொருள்கள் மிகவும் திறமையான வணிகரின் சொத்தாகச் சந்தைக்குச் செல்கின்றன. மேலும், வணிகப் பாதைகளிலும் சந்தைகளிலும் ஏகபோகத்தை நிறுவுவதற்குக் கொள்ளை ஒரு பயனுள்ள ஆயுதமாக இருக்கிறது. வளர்ச்சியின் ஆரம்பக் கட்டங்களில், இந்த நடைமுறைக் கொள்கைகளுடன் எல்லா இடங்களிலும் வணிகம் மேற்கொள்ளப்படுகின்றது. இது ஒரு நவீன வணிகரை அதிர்ச்சிக்குள்ளாக்கக்கூடும். இருந்தும், கொள்ளை என்ற ஆயுதத்தின் மூலமாகத்தான், நவீன வணிகரின் வைதீகத்தன்மையற்ற முன்னோடிகள் இந்த உன்னதமான வணிகத் தொழிலை நிறுவினார்கள். அதை இவர் இப்போது பாராட்டத்தக்கச் சொற்றொடருடன் மிகவும் நேர்மையாக நடத்தி வருகிறார்: நேர்மையே மிகச் சிறந்த கொள்கை.

அது மட்டுமின்றி, மனித குலத்தின் காட்டுமிராண்டித்தனமான இளமைப் பருவத்தில் மிகவும் போற்றப்பட்ட போர்க்குணம் என்ற அரசியல் நல்லொழுக்கத்திற்குள், கொள்ளையடித்தலானது கண்ணுக்குப் புலனாகாமல் பரிணமித்துவிடுகிறது. தமது தாய்நாட்டின் பௌதீக நிலைமைகளினால் கொள்ளையர்களாக்கப் பட்ட அரேபியர்கள், இயல்பாகவே வணிகத்திலும் போரிலும் அசாதாரணத் திறமைகளை வளர்த்துக்கொண்டார்கள். அவர்களின் வீரமும் போர்க்குணமும் புகழ்பெற்றவையாக இருந்தன. அரேபியப் பேரரசின் மிகவும் செழிப்பான நாள்களில் இயற்றப் பட்ட புகழ்பெற்ற வரலாற்று நூலான அய்ம் அல்-அரேபியா, நபிகள் நாயகத்தின் எழுச்சிக்கு முன்னர் அரேபியர் முன்னெடுத்த 1700க்கும் குறையாத புகழ்பெற்ற போர்களைப் பதிவு செய் திருக்கிறது. எனவே அரேபியர்கள், தாங்கள் போர்வீரர்கள் என்று தம்மைச் சிறப்பித்துக் காட்டுவார்களாயின், அந்தச் சிறப்பை அவர்கள் இஸ்லாமிய நம்பிக்கையிலிருந்து பெறவில்லை. இறைவனின் சேவைக்காக வாளை ஏந்தும்படி அவர்கள் அழைக்கப்படுவதற்கு முன்பிருந்தே அவர்கள் போர் வீரர்களாக இருந்தார்கள். இஸ்லாத்தின் இராணுவ சாதனைகளுக்கு முஹம்மது நபியின் மதப் போதனைகளே காரணம் என அதிகம் பாராட்ட முடியாது, பதிலாக இஸ்லாம் தோன்றிய நாட்டின் சமூக நிலைமைகளே இந்தச் சாதனைகளுக்கு முதன்மையான காரணங்களாக இருந்தன.

முஹம்மது நபி தோன்றுவதற்கு முன்னர் அரேபியர்களால் நடத்தப்பட்ட போர்கள் பெரும்பாலும் உள்ளக மோதல்களாகவே இருந்தன. அவர்கள் காட்டுமிராண்டித்தனமான உக்கிரத்துடன் போரிட்டார்கள். ஆயினும் கண்ணியம், நம்பிக்கை, பெருந்தன்மை என்ற பண்டைய நெறிமுறைகளைக் கடுமையாகப் பின்பற்றினர். அதிக அளவில் இரத்தம் சிந்துவது அரேபியாவிற்குப் பலன் தரவில்லை. மாறாக, அது இறுதியில் பண்டைய அரேபியர்களின் சட்டபூர்வ வணிகத் தொழிலான கொள்ளையடித்தலின் இலாபகரமான பொருளாதார விளைவுகளுக்குக் கேடு விளைவிப்ப தாக மாறியது. அழிவுகரமானதாக மாறிய உள்நாட்டுப் போர்களை முடிவுக்குக் கொண்டு வருமாறும், மரபுவழியான அரேபிய வீரத்தை அதிக இலாபம் தரக்கூடிய வழிகளில் திசை திருப்புமாறும் பொருளாதாரத் தேவை கோரியது. இத்தகைய அவசியத் திலிருந்து பிறந்த கருத்துகள் இறுதியில் 'முஹம்மதின் மதத்திற்குள்' ஒன்றிணைந்தன.

மணற்பாங்கான பாலைவனத்தின் ஒரு பரந்த பகுதியாக அரேபியா இருந்தபோதிலும், அதன் மூன்று பக்கங்களும் செழிப்புள்ள மக்கள் நிறைந்த நாடுகளால் சூழப்பட்டிருக்கின்றன. இவை பண்டைய நாகரிகங்களின் இல்லங்கள். இந்த நாடுகளில் தொழில்துறையும் விவசாயமும் தொன்றுதொட்டுச் செழிப்புற் றிருந்தன. தெற்கில் இந்தியாவின் வணிகப் பொருள்களைச் சுமந்து செல்கின்ற கப்பல்கள் பயணிக்கின்ற கடல் உள்ளது. இந்தியா, பாரசீகம், அசீரியா, சிரியா, பாலஸ்தீனம், எகிப்து, அபிசீனியா ஆகிய நாடுகளுக்கிடையில் பரிமாறிக்கொள்ளப்பட்ட தரை வழி, கடல்வழி வணிகப் பாதைகளில் அரேபியா ஆர்வமாக இருந்தது. —அரேபியாவின் புவியியல் அமைவிடத்திற்கு நன்றிகள்— முந்தைய நாள்களில், ஆப்பிரிக்காவையும் ஆசியாவையும் இணைக்கும் வணிகப் பாதைகள் தீபகற்பத்தின் தெற்கிலும் வடக்கிலும் இருந்தன. மணற்பாங்கான பாலைவனத்தின் அறியப்படாத உட்பகுதிகளைத் தவிர்த்தன. ஆனால் பைசாந்திய சர்வாதிகாரத்தின் அபரிமிதமான வரிவிதிப்பும், அதன் அதிகாரிகள் தொடர்ச்சியாக மேற்கொண்ட பலவந்தமான பணப்பறிப்பும் வணிகர்களைப் பாதித்தன. இதனால் அபாயத்திற்குரியதாக இருந்தபோதிலும், விருந்தோம்பலில் புகழ்பெற்ற பதாவிகளை

(பெதுயீன்ஸ்—நாட்டுப்புற அரேபிய இனக்குழுக்கள்—மொ.ர்) அவர்களுடைய நிலத்தின் மையப் பகுதியிலேயே சந்திக்கின்ற முடிவை வணிகர்கள் எடுத்தார்கள்.

ஆரம்பத்தில், அரேபியர் தமக்குரிய சட்டம், நெறிமுறைகளின்படியே கப்பம் வசூலித்தனர். எனினும் காலப்போக்கில், கொள்ளையைவிட, வணிகம் அதிக இலாபகரமானது என்பதைக் கண்டுகொண்டார்கள். அரேபியப் பழங்குடிகள் அனைத்திலும் குறைஷியரே, பதற்றமிக்கக் கொள்ளைத் தொழிலிலிருந்து, அமைதியானதும் அதிக இலாபம் தரக்கூடியதுமான வணிகத் தொழிலுக்கு முதலில் மாறினார்கள். செங்கடலின் கரையோரப் பகுதியில் அவர்கள் வசித்தார்கள். ஆசிய வணிகம் அவர்களின் கட்டுப்பாட்டிற்குள் வருவதற்கு வெகு காலத்திற்கு முன்னரே அவர்கள் அபிசீனிய வணிகத்திற்குத் தலைமை தாங்கியிருந்தார்கள். கிறிஸ்தவச் சகாப்தத்தின் ஆரம்ப நூற்றாண்டுகளில், குறைஷிய பழங்குடிகளின் தலைநகரான மக்கா, தெற்கிலிருந்து வடக்கிற்கும், கிழக்கிலிருந்து மேற்கிற்குமான வணிகப் பாதைகள் சந்திக்கின்ற இடமாக மாறியிருந்தது. அரபுக்கடலிலுள்ள ஏமனில், குறைஷிய வணிகக்குழுக்கள் இந்தியச் சரக்குகளைப் பொறுப்பெடுத்தன; நவீன ஏடனுக்கு அருகிலிருந்த ஓர் இடத்தில், அபிசீனியாவிருந்து வந்த ஆப்பிரிக்கச் செல்வங்களால் அரேபியர்களின் விலைமதிப்பற்ற பொதிகள் அதிகரிக்கப்பட்டன. வடக்கு நோக்கிய பயணம் டமஸ்கஸின் சுறுசுறுப்பான சந்தைகளில் முடிவடைந்தது. அங்குக் கோதுமை, உற்பத்தி செய்யப்பட்ட பொருள்கள் போன்றவற்றிற்காக நறுமணப் பொருள்கள், முத்துக்கள், விலையுயர்ந்த கற்கள், தந்தங்கள் என்பவை பரிமாற்றம் செய்யப்பட்டன. இலாபகரமான பரிமாற்றமானது மக்காவின் தெருக்களில் ஏராளமான செல்வத்தைப் பரப்பியது. பின்னர் கிழக்கு-மேற்கு வணிகப் பாதையும் மக்காவைக் கடந்து சென்றபோது, குறைஷியர்களின் செல்வம் கட்டுக்கடங்காததாகியது, அதற்கேற்ப அவர்களின் இலட்சியமும் வளர்ந்தது.

தங்களுடைய சுதந்திரம் பற்றிய விழிப்புடனும், குறைஷியரின் செல்வ நிலையில் பொறாமை கொண்டும் இருந்த ஏனைய அரேபியப் பழங்குடிகள் தங்களது பாரம்பரிய சட்டம், ஒழுக்கநெறிகளுக்கு விசுவாசமாக இருந்தார்கள். எனினும்

அவர்களுடைய பொருத்தமற்ற பாரம்பரியம் இனியும் ஏற்றுக் கொள்ளப்படக் கூடியதாக இருக்கவில்லை. அவர்கள் பழங்குடி கடவுள்களின் அதிகாரத்தின் பேரில், தாக்கிப் போரிடுகின்றவர்களாகவும், தற்காப்புப் போரில் ஈடுபடுகின்றவர்களாகவும் மதிக்கப்பட்டார்கள். முன்னர், அப்பாவி அந்நியர்களின் இழப்பில் முன்னெடுக்கப்பட்டு வந்த பழமையான தேசிய கொள்ளைச் செயற்பாடு, இப்போது புதிய தேசிய வணிகத் தொழிலுக்கு நாசத்தை ஏற்படுத்துவதாக மாறியது. வரலாற்று நிகழ்வுகளின் தர்க்கத்தின்படி, ஒற்றுமையை ஏற்படுத்துதல் என்ற அரசியல் பணியை மேலும் முன்னெடுப்பதற்கு, பழங்குடி மோதல்களை முடிவுக்குக் கொண்டு வருவது ஓர் அவசிய நிபந்தனையாக மாறியது. பொருளாதார சக்திகளை யார் கட்டுப்படுத்தினார்களோ, அவர்களிடம் வரலாற்றுரீதியில் அவசியமான இந்த இலக்கை நிறைவேற்றுகின்ற பணி ஒப்படைக்கப்பட்டது. வரலாற்றினால் தேர்ந்தெடுக்கப்பட்ட அத்தகைய மக்களாகக் குறைஷிகள் விளங்கினார்கள்.

தங்களுக்கிடையிலான இடைவிடாத சண்டைகளுக்கு மத்தியிலும், அரேபியப் பழங்குடிகள் அனைவரும் மக்காவுக்கு அருகிலுள்ள கஅபா என்ற ஆலயத்தில் வணங்கி, பலியிட்டு வந்தனர். இந்தத் தேசிய வழிபாட்டுத் தலத்தின் கட்டுப்பாட்டைக் குறைஷிகள் கொண்டிருந்தனர். பெரும் அதிகாரத்தையும் பரந்த சலுகைகளையும் கொண்டிருந்த தலைமை குரு பதவியை, குறைஷிகளில் மிக முக்கியக் குடும்பமான ஹாஷிம் குலத்தினர் பெற்றிருந்தனர். இவ்வகையில் ஹாஷிம் குலத்தினர், வாணிபத்திலிருந்து பெறப்பட்ட செல்வத்திற்கு மேலதிகமாக தேசிய மரியாதையையும் கண்ணியத்தையும் பெற்றார்கள். இறுதியில் ஹாஷிம் குடும்பத்தின் வாரிசு ஒருவர், ஒரு புதிய மதத்தின் வடிவத்தில் ஒற்றுமைக்கான அழைப்பை விடுத்தார். இந்தமதம் ஒரு கடவுளைத் தவிர மற்ற எல்லாக் கடவுள்களையும் மறுத்தது.

முஹம்மதின் கடுமையான ஏகத்துவ வாதமானது, குலச் சண்டைகளால் சிதறிக்கிடந்த மக்கள் மத்தியில் வெளிப்பட்ட ஒற்றுமைக்கான ஏக்கத்தை மட்டும் எதிரொலிக்கவில்லை. அத்துடன் கூடவே, கத்தோலிக்கத் திருச்சபையின் ஆதிக்கத்தால்

துன்புறுத்தப்பட்ட அண்டை நாடுகளிடமிருந்தும் அது ஓர் உடனடியான பதிலைப் பெற்றது. பாரசீகம், மெசபடோமியா, சிரியா, பாலஸ்தீனம், எகிப்து ஆகிய நாடுகளில் வாழ்ந்த மக்களின் மதவாழ்க்கை, மாஜியன் மெய்ஞானம், யூதப் பழமைவாதம், கிறிஸ்தவ ஆதிக்கம் என்பவற்றால் நம்பிக்கையற்ற வகையில் குழம்பிப் போயிருந்தது. கடுமையான சடங்குகளும் வழிபாடுகளும் மதத்தின் இடத்தைப் பிடித்திருந்தன. போலியான சடங்குகள் பக்தியைத் தூர விலக்கியிருந்தன. வறட்டுப் பிடிவாதமான இறையியல், நம்பிக்கையை அகற்றியிருந்தது. தேவதூதர்கள், பரிசுத்தவான்கள், அப்போஸ்தலர்களின் குழப்பமான கூட்டத்தில் கடவுள் மறைந்து விட்டார்.

புதிய மதத்தின் கடுமையான குரலான 'ஒரே இறைவன்தான் இருக்கிறான்' என்ற கருத்து பெரும் சகிப்புத்தன்மையால் மென்மையாக்கப்பட்டிருந்தது, அது இந்தப் பாரம்பரிய மதத்தின் மையக்கூறாக இருந்தது. இந்தக் கருத்துத் துயருற்றிருந்த மக்களால் உற்சாகமாக வரவேற்கப்பட்டது. சமூகச் சிதைவு, அறிவியல் ரீதியாகத் திவாலான நிலை, ஆன்மிகக் குழப்பம் போன்ற கொந்தளிப்பான சூழ்நிலையில், ஓர் எளிமையான நம்பிக்கை எனும் நங்கூரத்தைத் தேடியவர்களாக இந்த மக்கள் இருந்தார்கள். இந்த வரலாற்றுத் தேவை அரேபிய வணிகப் பிரிவினரால் எழுப்பப்பட்டது. அவர்கள் அழிவுகரமான ஆயுதப் போராட்டங்களுக்கும் மதப் போராட்டங்களுக்கும் வெளியே நின்றார்கள், அவர்கள் பொருளாதார ரீதியில் செழிப்பான நிலையிலும் ஆன்மிக ரீதியில் வளர்ச்சியடைந்தவர்களாகவும் இருந்தார்கள். அதேவேளை அவர்களுடைய பழைய அண்டை நாடுகளோ தேக்கமடைந்து, சிதைந்து, சிதறிப்போயிருந்தன. ஒரே இறைவன் என்ற கடுமையான நம்பிக்கை பரவியதானது, ஓர் இராணுவ அரசின் எழுச்சிக்கான அடித்தளத்தை உருவாக்கியது. மதம், சிவில், நீதித்துறை, நிர்வாகம் ஆகிய அனைத்துச் சமூகச் செயற்பாடு களையும் இந்த இராணுவ அரசு ஒன்றிணைத்தது. பழங்கால நாகரிகத்தின் இடிபாடுகளில் இருந்து அற்புதமாக எழுந்த ஒரு புதிய சமூக அமைப்பிற்கு, அரேபியர்களின் ஒற்றையாட்சிவாதம் அடித்தளமிட்டது. மத வேறுபாடுகளுக்காகக் காட்டுமிராண்டித் தனமாகத் துன்புறுத்தப்பட்ட கூட்டத்தினரின் கவனத்தை இத்தகைய

ஒரு கோட்பாடு உறுதியாக ஈர்த்தது. தனது பாதுகாப்பின் கீழ் தங்களை நிலைநிறுத்திய அனைவருக்கும் மனசாட்சியின் சுதந்திரத்தைப் புதிய மதம் அனுமதித்தது. மதரீதியான துன்புறுத்தல் களுக்கு எதிராகவும் ஒடுக்கப்பட்டவர்களுக்கு ஒரு பாதுகாப்பான புகலிடமாகவும் இஸ்லாம் எழுந்தது.

இஸ்லாத்தின் இணக்கமான தன்மை, உலக முழுமை சார்ந்த உணர்வு, ஜனநாயகக் கொள்கை, ஏகத்துவக் கோட்பாடு ஆகிய அனைத்தும் அது தோன்றிய நிலத்தின் புவியியல் தன்மையால் உருவானவை. பூர்வீகக் கொடுங்கோலாட்சியால ஒடுக்கப் பட்டவையாக இருந்த அல்லது அந்நியப் படையெடுப்புகளால் பேரழிவிற்குள்ளான நாடுகளால் சூழப்பட்டிருந்தும், அரேபியா தன்னுடைய சுதந்திரத்தைத் தக்கவைத்திருந்தது. எகிப்திலும் பாரசீகத்திலும் கிறிஸ்தவ மண்டலத்திலும் துன்புறுத்தப்பட்ட மக்கள் பிரிவினர், அங்கிருந்து வெளியேறி, சுதந்திர நாடாகவும் விருந்தோம்பல் நிறைந்ததாகவும் இருந்த பாலைவனத்திற்குச் சென்றார்கள். அங்கு அவர்கள் நினைத்ததை வெளிப்படுத்தவும் அவர்கள் ஏற்றுக்கொண்டதைப் பின்பற்றவும் முடிந்தது. அசீரியர் களின் பேரரசு பாரசீகர்களால் கைப்பற்றப்பட்டபோதும் பாபிலோனியப் பலிபீடங்கள் மாகிகளால் கவிழ்க்கப்பட்ட போதும் சாபியன் மதகுருமார் பண்டைய மதத்துடனும் வானியலின் விலைமதிப்பற்ற அறிவுடனும் அண்டைய பாலைவனத்திற்குப் பின்வாங்கிச் சென்றார்கள்.

முன்னதாக, அசீரிய படையெடுப்பானது, பக்தி நிறைந்த பல இஸ்ரேலியரை விருந்தோம்பல் நிறைந்த அதே பாலைவனத்திற்கு வெளியேற்றி இருந்தது. யோவான் ஸ்நானகர் வரையிலான எபிரேய தீர்க்கதரிசிகள் அனைவரும் அரேபிய பாலைவனத்தின் ஆழத்தில் வாழ்ந்து, தியானித்து, பரப்புரை செய்தார்கள். அலெக்சாண்டரின் படையெடுப்பு அசீரியர்களுக்கு இழைக்கப் பட்ட அநீதிக்குப் பழி தீர்த்தது. எனினும், கிரேக்க விக்கிரக ஆராதனையைச் சகித்து, தங்களது நம்பிக்கையின் தூய்மையைக் கெடுத்துக்கொள்ள விரும்பாத ஜொராஸ்டரின் மிகவும் வைதீகமான சீடர்கள், பாபிலோனிய எதிரிகளுடன் கைகோக்கும் விதத்தில் அரேபியப் பாலைவனத்தின் சுதந்திரமான சூழ்நிலைக்குக் குடிபெயர்ந்தார்கள்.

கீழைத்தேய மாய வழிபாட்டு முறைகளின் கலப்பினங்களான ஞானவாதம், மனிக்கேயிசம் போன்றவையும் கிரேக்க மீ-மெய்யியல் (மெட்டாபிசிக்ஸ்), கிறிஸ்தவ நற்செய்தி போன்றவையும் சுதந்திர அரேபியாவின் மணலில் செழித்து வளர்ந்தன. இறுதியாக, வைதீக கத்தோலிக்கமானது, நெஸ்டோரியன், ஜாகோபியன், யூட்டீசிய மதவிரோதிகள் போன்றோரை அதே அரேபியாவிற்கு வெளியேற்றியது. இவர்கள் வைதீக திருச்சபையின் விக்கிரக ஆராதனையை விடச் சுவிஷேசத்தின் எளிமையை விரும்பினார்கள். நாடு கடத்தப்பட்டதன் சுதந்திரநிலை, அந்தப் பல்வேறு மதங்களின் பிரதிநிதிகளை நெருக்கமான தொடர்புகளுக்குக் கொண்டுவந்தது. இது அவர்கள் அனைவருக்கும் பொதுவானது என்ன என்பதைப் பார்க்க உதவியது. சகிப்புத்தன்மையின் அமைதியான சூழலில் அவர்களிடையே நிலவிய வேறுபட்ட தன்மை மறைந்துவிட்டது, மதமாற்றத் தீ அணைந்துவிட்டது.

அறிவு நிரம்பியிருந்த விருந்தினர்கள் தமது உபசரிப்பாளர்களான அரேபிய பதாவிகளுக்கு மதபோதனைகளின் பொதுவான சாராம்சத்தை விளக்கினார்கள். சுருக்கமாகக் கூறினால், பாலைவன காட்டுமிராண்டிகள், பழங்கால மதம் வழங்க வேண்டியிருந்த மிகச் சிறந்தவற்றை மரபுரிமையாகப் பெற்றார்கள். அதாவது வானத்திலும், பூமியிலுமுள்ள அனைத்து சக்திகளுக்கும் மேலான, உயர்ந்த ஓர் இறைவன் இருக்கிறான் என்ற நம்பிக்கையை அவர்கள் பெற்றார்கள். இந்த இறைவன் காலத்திற்குக் காலம் தன்னுடைய தீர்க்கதரிசிகள் மூலமாக மனித குலத்திற்குத் தன்னை வெளிப்படுத்தி வந்திருக்கிறான். இங்குதான் அரேபியர்களின் ஆன்மிக உணர்வில் உருப்பெற்ற இஸ்லாத்தின் சாரம் அடங்கியிருக்கிறது. இந்தச் சாரத்தின் அடிப்படையில் ஒரு புதிய மதத்தைக் கட்டமைக்கும் நோக்கத்துடன் முஹம்மது தோன்றுவதற்கு முன்னரே இது அரபியர்களிடம் நிலவியது. இஸ்லாத்தின் ஆன்மா முஹம்மதின் மேதைமையால் கண்டுபிடிக்கப்படவில்லை; அன்றியும், அது அவருக்கு இறைவனிடமிருந்து வஹீ மூலம் அறிவிக்கப்படவுமில்லை. இது அரேபியத் தேசத்திற்கு வழங்கப்பட்ட வரலாற்றுப் பாரம்பரியமாகும். இந்தப் பாரம்பரியத்தின் மதிப்பை அங்கீகரித்து, தமது நாட்டு மக்களுக்கு அது குறித்த உணர்வை ஏற்படுத்தியதுதான் முஹம்மதின் மாபெரும் சிறப்பு.

ஒரே இறைவன் என்ற உன்னதமான கருத்தை அரேபியர்கள் பெற்றிருந்தனர்; ஆனால் வழக்கத்தின் காரணமாகவும் பழங்குடி நலன்களுக்காகவும் அவர்கள் தங்கள் பழைய பலதெய்வ வழிபாட்டைக் கடைப்பிடித்தனர். ஒரு வரலாற்று மரபாக அவர்களுக்கு வழங்கப்பட்டிருந்த முன்னைய மதங்களின் நேர் நிலை விளைவுகளால், அவர்கள் நன்மையடைய வேண்டுமாயின், அவர்கள் தங்களுடைய பாரம்பரிய வழிபாட்டு முறையை மாற்ற வேண்டும். இந்த நோக்கத்துடன் ஓர் உன்னதமான முயற்சி செய்யப்பட வேண்டும்; அத்தகைய முயற்சியைத் தங்களிலிருந்து வழிநடத்துவதற்கான மிகச் சிறந்த ஆதாரப் புள்ளியாக மக்கா இருந்தது.

அரேபியப் பழங்குடியினரின் குறிப்பான சுதந்திரமும் அவர்களுக்கிடையிலான உட்பூசல்களும் ஒருவருக்கொருவர் சமரசம் செய்துகொள்ளப்பட்டு, மக்காவில் ஒன்றிணைக்கப் பட்டன. வணிகத்தின் அனைத்துப் பாதைகளும் அங்கிருந்தே சென்றன. பரவலாக்கப்பட்டிருந்த தேசத்தின் பொருளாதார நலன்களின் ஒற்றுமையானது, மக்காவில் ஓர் உறுதியற்ற ஆன்மிக ஒற்றுமையின் சின்னமாக விளங்கியது. பரந்த பாலைவனத்தின் தொலைதூரப் பகுதிகளைச் சேர்ந்த எல்லாப் பழங்குடியினரும் காக்கச் சந்தைக்கு வருகை தந்தபோது, கஅபா ஆலயத்தில் வழி பட்டனர். ஒவ்வொரு பழங்குடியினத்தினரும் தமது சொந்த வழிபாட்டுச் சின்னங்களை அங்கு வைத்தார்கள். மனிதர்கள், கழுகுகள், சிங்கங்கள் என முந்நூற்று அறுபதுக்குக் குறையாத சிலைகளினால் கஅபா அலங்கரிக்கப்பட்டிருந்தது. எனினும் செல்வாக்குமிக்கக் கோத்திரமான குறைஷிகள் மக்காவின் வணிகத்தில் ஆதிக்கம் செலுத்தினார்கள். அந்தக் கோத்திரத்தைச் சேர்ந்த சக்திவாய்ந்த ஹாஷிம் குடும்பத்தினர் கஅபாவின் கட்டுப்பாட்டைக் கொண்டிருந்தனர். எழுச்சியுறுகின்ற புதிய மதத்தின் ஆன்மா, தேசிய ஒற்றுமையின் மூலமாகப் பொருளாதார நலன்களை விரிவுபடுத்தும் என்ற விடயம், முதலில் தேசத்தின் இதயத்தால் பிரக்ஞைபூர்வமாக உணரப்பட வேண்டும்.

எனவே, ஹாஷிம் குடும்பத்தைச் சேர்ந்த ஒருவர் புதிய மதம் பற்றிப் போதிக்கத் தொடங்கியபோது இது நிகழ்ந்தது.

ஹாஷிம் குடும்பமும் குறைஷிக் கோத்திரமும் புதிய மதத்திற்கு மாற்றப்பட்டவுடன், முழுத்தேசமும் விரைவில் அதைப் பின் தொடர்ந்திருக்க வேண்டும். அனைத்துப் பழங்குடியினரும் வணிக நோக்கங்களுக்காக மக்காவுக்குச் செல்ல வேண்டும். மக்காவின் வணிகத்தைக் கட்டுப்படுத்தியவர்கள், முழுத் தேசத்தின் விசுவாசத்தையும் மனசாட்சியையும் எளிதில் கட்டுப்படுத்தியிருக்க முடியும். ஆனால் தப்பெண்ணமும் வழக்கமும் தங்களது உறவினரின் புதிய மதத்தை எதிர்க்கும்படி அவர்களைத் தூண்டின. கஅபாவின் பலதெய்வநிலை குழப்பப்பட்டால், வணிகம் மக்காவிலிருந்து அகன்றுவிடுமோ என்று அவர்கள் அச்சப்பட்டார்கள்.

எனினும் மிகத் தகுதிவாய்ந்த மக்கா தலைமை ஏற்க மறுத்த போது, புரட்சியின் தலைமையை ஏற்க மற்றவர்கள் தயாராக இருந்தனர். இறைத்தூதரின் இலட்சியத்தை மதீனா ஆதரித்தது. ஒற்றுமை என்ற அழைப்பு ஏனைய தரப்பினரிடையே உற்சாகமான வரவேற்பைப் பெற்றது. மக்காவின் மேலாதிக்கம் அச்சுறுத்தலுக்குள்ளானது. குறைஷியரின் பழமைவாதத்திலிருந்து ஒன்றன்பின் ஒன்றாகக் குடும்பங்கள் விலகி, புரட்சிகர ஹாஷிம் குடும்பத்துடன் இணைந்தன. வெகு விரைவிலேயே, நாடு கடத்தப்பட்ட தங்களுடைய உறவினர்களின் முன்னிலையில் குறைஷியர்கள் சரணடைந்தார்கள். ஆனால் 'நம்பிக்கையாளர்களின் தளபதியினுடைய செங்கோலைக் கைப்பற்றுவதற்காகவே' முஹம்மதின் சீடர்கள் மக்காவைக் கைப்பற்றியவுடன், புனித நகரத்தின் நிலப்பரப்பில் எந்த ஒரு நிராகரிப்பாளரும் கால்வைக்க அனுமதிக்கப்படக் கூடாது என்ற சட்டம் நிறைவேற்றப்பட்டது. பொருளாதாரப் புறக்கணிப்பு என்ற சக்திவாய்ந்த ஆயுதத்தின் மூலமாக முழுத் தேசத்தின் மீதும் புதிய மதம் கடமையாக்கப்பட்டது. கஅபாவிலிருந்த சிலைகள் அழிக்கப்பட்டு அது 'முஹம்மதின் இறைவனுடைய' ஆலயமாக மாறியது. புதிய மதத்தின் மதிப்பு உயர்த்தப்பட்டவுடன், முழுத் தேசமும் அதன் கீழ் அணிதிரண்டது. இஸ்லாத்திற்கான நிலம் உருவாக்கப்பட்டு விட்டது. மதத்தைப் பிரச்சாரப்படுத்துவதற்கு முன்பே, அது மக்களின் மனதை அவர்கள் அறியாமலேயே பீடித்துவிட்டது. பொருளாதார நலன், இஸ்லாம் நிறுவப்படுவதைக் கோரியது.

4

வெற்றிக்கான காரணங்கள்

இஸ்லாம் தோன்றிய வரலாற்றுப் பின்புலமும் அது பிறந்த சமூக நிலைமைகளும் இஸ்லாத்தின் மீது சகிப்புத்தன்மை என்ற முத்திரையைப் பதித்தன. தெளிவாகப் பார்க்க முடியாத கண்களுக்கு இது பொருத்தமற்றதாகத் தெரியலாம். ஏனெனில் மரபார்ந்த ரீதியில் இஸ்லாத்துடன் மதவெறி இணைக்கப்பட்டு வந்திருக்கிறது.

ஆயினும் இங்கு எந்த முரண்பாடும் இல்லை. இஸ்லாத்தின் அடிப்படைக் கோட்பாடான 'இறைவன் ஒருவனே' என்பது தன்னளவில் சகிப்புத்தன்மையை உருவாக்குகிறது. முழு உலகமும் அதன் குறைபாடுகளுடனும் பழுதுகளுடனும் ஒரே இறைவனின் படைப்பாக ஒப்புக்கொள்ளப்பட்டால், அதே போன்று முழு மனித குலமும் அதன் அனைத்து முட்டாள்தனங்களுடனும் அற்பத் தனங்களுடனும் அதே இறைவனின் படைப்பாக ஒப்புக்கொள்ளப் பட்டால், இந்த உயர்ந்த கோட்பாட்டின் மீது நம்பிக்கை கொண்டவர், குறைபாடுகளைக் கண்டு வருந்தலாம், அபத்தங் களையும் வக்கிரங்களையும் பார்த்துச் சிரிக்கலாம்; ஆனால் அவருடைய நம்பிக்கையின் அடிப்படை இயல்பின் காரணமாக, அவற்றை வேறு தீய கடவுளின் கிரியைகளாகவோ வணக்கங் களாகவோ பார்ப்பதற்கும் அவர்கள் மீது போர் தொடுக்கவும் அவரை அனுமதிக்கவில்லை. அவரைப் பொறுத்தவரை, வித்தியாசமாக வணங்குபவர்கள் தவறாகச் செல்பவர்கள் அல்லது தவறாக வழிநடத்தப்பட்ட சகோதரர்கள், ஆனால் ஒரே தந்தையின் பிள்ளைகள், அவர்கள் சரியான பாதைக்குக் கொண்டுவரப்பட வேண்டும், அவர்கள் மீட்புக்குத் தயாராகும்வரை அவர்களை இரக்கத்துடன் பொறுத்துக்கொள்ள வேண்டும்.

அரேபியத் தீர்க்கதரிசியைப் பின்பற்றியவர்கள் குர்ஆன் அல்லது வாள் என்ற இரண்டில் ஒரு தெரிவை உலகிற்கு வழங்கினார்கள், மிகச் சுதந்திரமாக வழங்கப்பட்டதும், பொதுவாக ஏற்றுக் கொள்ளப்பட்டதுமான மூன்றாவது மாற்றீடை அவர்கள் மூடிவிட்டார்கள். இது இஸ்லாமிய எழுச்சி வரலாற்றின் மீது ஓர் அச்சுறுத்தும் நிழலை ஏற்படுத்தியது. இஸ்லாத்தின் வெற்றிக்கு அதுதான் முதன்மைக் காரணியாக அமைந்தது. உண்மையில் மாற்றீடுகள் மிகவும் வித்தியாசமாக வழங்கப்பட்டன. 'குர்ஆனை ஏற்றுக்கொள்ளுங்கள் அல்லது அரேபிய வெற்றியாளருக்குக் கப்பம் செலுத்துங்கள்' இந்த இரண்டில் ஒன்று ஏற்றுக்கொள்ளப் படாதபோது மட்டுமே, 'இறைவனின் வாள்' உருவப்பட்டது. இஸ்லாத்தின் ஏகத்துவக் கோட்பாட்டை உருவாக்கிய அரபுகளின் வணிகரின் பொருளாதார நலன், கண்மூடித்தனமாக இரத்தம் சிந்தப்படுவதற்கு எதிரானதாக இருந்தது. வணிகப் பாதைகள் இருந்த நிலங்கள் கைப்பற்றப்பட்டு ஒற்றையாட்சியின் ஆதிக்கத்தின் கீழ் கொண்டுவரப்பட வேண்டும். வெற்றி கொள்ளப்பட்ட மக்கள் புதிய மதத்தை ஏற்றுக்கொண்டால் அதன் நோக்கம் சிறப்பாக நிறைவேறும். ஏனெனில் அப்போது ஒற்றையாட்சி அரசு ஒரு திடமான அடித்தளத்தில் நிறுவப்படும். ஆயினும், உற்பத்தியும் நுகர்வும் வாணிபத்திற்கு அவசியமான காரணிகளாகும். எனவே, கைவினைஞர்களையும் விவசாயி களையும் படுகொலை செய்வதோ, குர்ஆனை நிராகரிக்கின் றமைக்காக வளமான நகரங்களை அழிப்பதோ இஸ்லாத்தின் வரலாற்றுப் பாத்திரத்துடன் இணக்கமானதாக இருக்கவில்லை. தோற்கடிக்கப்பட்டவர்கள் புதிய மதத்தின் நம்பிக்கையாளர் களுக்குக் கீழ்ப்படிவது அவசியமாக இருந்தது. எனவே, முஹம்மது நபியைப் பின்பற்றியவர்களின் ஆதிக்கத்தின் கீழ், இஸ்லாத்தைப் பின்பற்றாத மக்கள் தமது நம்பிக்கைகளைப் பேணவும் தங்கள் வணக்கங்களைத் தொடரவும் அனுமதிக்கப்பட்டார்கள்.

கலீஃபா உமரிடம் ஜெரூசலம் சரணடைந்தபோது, அங்கு வாழ்ந்த மக்கள் தங்களுடைய உடைமைகளை வைத்திருக்கவும், தமது வழிபாடுகளைச் சுதந்திரமாக மேற்கொள்ளவும் அனுமதிக்கப் பட்டார்கள். அங்குள்ள கிறிஸ்தவர்கள் தமது பிதாமகர்களுடனும், மதகுருமார்களுடனும் வசிப்பதற்காக நகரத்தின் விசேடமான

கால்பங்கு ஒப்படைக்கப்பட்டது. இவ்வாறு கிறிஸ்தவர்களுக்கு வழங்கப்பட்ட பாதுகாப்பிற்காக, இரண்டு துண்டு தங்கக் கட்டிகளை மட்டும் வழங்குமாறு ஒரு பெயரளவிலான வரி முழுக் கிறிஸ்தவர்கள் மீதும் விதிக்கப்பட்டது. புனித நகரத்திற்கான மதயாத்திரைகள் முஸ்லிம் வெற்றியாளர்களால் தடுக்கப்படவில்லை, மாறாக அந்தப் பக்திமிக்க யாத்திரைகளின் வணிக மதிப்புக் காரணமாக அவை தூண்டப்பட்டன. நானூற்று அறுபது ஆண்டுகளுக்குப் பின்னர், ஜெரூசலம் ஐரோப்பிய சிலுவைப் போர் வீரர்களின் ஆட்சிக்குட்பட்டபோது, அரேபிய கலீஃபாக்களின் சகிப்புத்தன்மை கொண்ட அரசாங்கத்தை எண்ணி, கீழைத் தேயக் கிறிஸ்தவர்கள் வருந்தினார்கள்' (கிப்பன், *ரோமானியப் பேரரசின் எழுச்சியும் வீழ்ச்சியும்*).

முஸ்லிம்களின் சகிப்புத்தன்மைக்கு மாறாக, சிலுவைப் போர் வீரர்கள் ஜெரூசலத்தை ஆக்கிரமித்தமை பற்றிப் பின்வரும் விவரிப்பு மிகத் தெளிவாகச் சொல்கிறது.

> தனியார் செல்வங்களையும் பொதுச் செல்வங்களையும் சூறையாடுகின்ற விடயத்தில், சிலுவைப் போர்வீரர்கள் முதல் குடியிருப்பாளர்களின் பிரத்தியேக சொத்தை மட்டுமே கவனத்தில் கொள்வதற்கு உடன்பட்டார்கள். தவறான கிறிஸ்தவ மதகுருக்களினால் அவர்களின் கடவுளுக்கு ஒரு இரத்தப் பலி கொடுக்கப்பட்டது; எதிர்ப்புத் தூண்டப்பட்டிருக்கலாம்; ஆனால் மதகுருவோ, பாலினமோ சிலுவைப் போர்வீரர்களின் ஆத்திரத்தைத் தணிக்கவில்லை. அவர்கள் மூன்று நாள்கள் நெறிமுறையற்ற படுகொலையில் ஈடுபட்டார்கள். எழுபதாயிரம் முஸ்லிம்களை வாளுக்கு இரையாக்கிய பின்னர், தீங்கற்ற யூதர்களை அவர்களுடைய ஜெப ஆலயத்தில் எரித்தார்கள். தமது நலன்களுக்காகவோ களைத்துவிட்டதாலோ இன்னும் ஒரு தொகை கைதிகளை அவர்கள் விட்டுவைத்தார்கள் (மேலது).

கிறிஸ்தவர்கள் பற்றியும் அதேபோன்று முஸ்லிம்கள் பற்றியும் எழுதிய அதிகாரப்பூர்வமான அக்கால வரலாற்றாசிரியர்களும் நவீன வரலாற்றாசிரியர்களும் வழங்கிய ஒரு முழுமையான தொடரின் சாட்சியங்களை ஆதாரமாகக்கொண்டு, கிப்பன் முடிவாக இவ்வாறு நிரூபிக்கிறார்:

முஹம்மது தமது கிறிஸ்தவக் குடிமக்களுக்கு, தனிநபர் பாதுகாப்பையும் அவர்களின் வணிகம் மற்றும் சொத்துக்களின் சுதந்திரத்தையும் அவர்களின் வணக்கத்தின் மீதான சகிப்புத் தன்மையையும் உடனடியாக வழங்கினார்.

இந்த இலாபகரமான சகிப்புத்தன்மைக் கொள்கை முஹம்மதின் உடனடி வாரிசுகள் அனைவராலும் மட்டுமன்றி, அரேபிய ஆதிக்கக் காலம் முழுவதிலும் ஏறக்குறைய கண்டிப்புடன் கடைப்பிடிக்கப்பட்டது. இஸ்லாம் அதன் வரலாற்றுப் பாத்திரத்தை ஆற்றிய பின்னரே, இந்தச் சகிப்புத்தன்மை கைவிடப் பட்டது. அதன் தலைமையானது உன்னதமான அரேபியர் களிடமிருந்து, இழிவு நிறைந்த தார்தாரிய காட்டுமிராண்டி களுக்குச் சென்றுவிட்டது. ஆரம்பத் துருக்கிய சுல்தான்களின் ஆட்சியிலும் இஸ்லாத்தின் உண்மையான சகிப்புத்தன்மை முற்றிலும் அகன்றுவிடவில்லை.

இஸ்லாத்தின் உன்னதமான காலங்களில் அதனுடைய பூர்வீக சகிப்புத்தன்மையானது, பரந்தளவிலான சிந்தனைச் சுதந்திர மாகவும் பகுத்தறிவு வாதமாகவும் மட்டும் வளரவில்லை; கூடவே வைதீகக் கண்ணோட்டத்தில் பார்க்கும்போது, நேர்நிலையான மதவிரோதக் கருத்துக்களாகவும் மதத்திற்குப் புறம்பான கருத்துக்களாகவும் சீரழிந்தது. பாக்தாத்தின் முந்தைய அப்பாசிய கலீஃபாக்களில் பெரும்பாலானோர், சமய விரோத அறிவியலை அர்ப்பணிப்புடன் படித்ததோடு, தமது சிந்தனைகளில் சுதந்தர மாகவும் இருந்தார்கள். அவர்களில் சிலர், எடுத்துக்காட்டாக, மோட்டசென், குர்ஆன் இறைவனால் அருளப்பட்டது என்பதையும் நம்பவில்லை.

துன்புறுத்தப்பட்ட யூதர்களுக்கும் நெஸ்டோரியர்கள், ஜாக்கோப்பியர், யூட்டிக்கியர், பவுலிசியர் போன்ற மரபுசாரா கிறிஸ்தவர்களுக்கும் அரேபியப் பேரரசு, பல நூற்றாண்டுகளாக ஆதரவுமிக்கப் புகலிடம் வழங்கியது. அரேபிய வெற்றி நிலை பெற்ற பின்னர், இஸ்லாத்தின் சகிப்புத்தன்மை கத்தோலிக்கத் திருச்சபைக்கும் விரிவுபடுத்தப்பட்டது. பல கிறிஸ்தவ வரலாற்றாசிரியர்களே இதற்குச் சான்று பகர்கிறார்கள். எடுத்துக் காட்டாக, திருச்சபை வரலாற்றாசிரியர் ரெனாடோட், பிதாக்கள், ஆயர்கள், மதகுருமார்கள் ஆகியோரின் பதவிநிலை,

பாதுகாப்புரிமை, உள்நாட்டு அதிகார வரம்பு போன்றவை (எகிப்திய முஸ்லிம்) சிவில் மாஜிஸ்திரேட்டு களால் பாதுகாக்கப் பட்டன; கற்றறிந்த கிறிஸ்தவத் தனிநபர்கள் தம்மைச் செயலாளர்கள், மருத்துவர்கள் போன்ற தொழில் களுக்குப் பரிந்துரைத்தார்கள். அவர்கள் இலாபகரமான வருமானங்களைப் பெற்று செல்வநிலையை அடைந்தார்கள்; மேலும் சில நேரங்களில் அவர்கள் தடயவியல் அதிகாரிகள், மாகாண அதிகாரிகள் போன்ற நிலைக்கு உயர்த்தப்பட்டார்கள்.

பாரசீக நிர்வாகத்தில் கிறிஸ்தவர்கள் மிகவும் நம்பிக்கைக் குரியவர்கள் என்று பாக்தாத்தின் ஒரு கலீஃபா அறிவித்தார். புரட்டஸ்டான்ட் சீர்திருத்தத்தின் வீரமிக்க முன்னோடிகளான பவுலிசியர்கள் அரேபிய பேரரசில் வழிபாட்டுச் சுதந்திரத்தைப் பெற்றது மட்டுமல்லாமல், சீரழிந்திருந்த கத்தோலிக்கத் திருச் சபையைக் கவிழ்த்து, கிறிஸ்தவத்தை அதன் அசலான வடிவத்தில் மீண்டும் நிறுவுவதற்கு அவர்கள் நீண்டகாலமாக மேற்கொண்ட முயற்சிகளுக்குக் கலீஃபாக்களின் தீவிரமான ஆதரவையும் பெற்றிருந்தார்கள்.

ஜொராஸ்டரின் பண்டைய மதம் நன்மை, தீமை என்ற இரட்டைக் கொள்கைகளின் கேடு ஏற்படுத்தக்கூடிய கோட்பாட்டைக் கொண்டிருந்ததோடு, நன்மையும் தீமையும் சமமான நித்தியத் தன்மை கொண்டவை என்றும் கூறியது. இது குறிப்பாக 'ஒரே இறைவனை' வணங்குபவர்களுக்கு அருவருப்பை ஏற்படுத்தக் கூடியது. ஆயினும், இந்த மதமும், மாஜியன் மதமும் வெற்றி பெற்ற அரேபியர்களின் சகிப்புத்தன்மையைப் பெற்றிருந்தன. ஹிஜ்ரி மூன்றாம் நூற்றாண்டின் பிற்பகுதியில், பண்டைய அக்கினிக் கோயில்கள் (டெம்பிள்ஸ் ஆஃப் ஃபையர்) , அவற்றுக்கு அருகே அடக்கமான முறையில் கட்டப்பட்டிருந்த மசூதியை மறைத்தவாறு கம்பீரமாக நின்றன. ஒரு பண்டைய நம்பிக்கையின் பெருமைமிக்க நினைவுச்சின்னங்கள், இஸ்லாமிய வாளின் தாக்குதலில் நொறுங்கவில்லை. மாறாக, அந்தக் கோயில்களே அழிவுக்குள்ளாகின; அவற்றின் ஆதரவாளர்கள் விலகியதன் விளைவாகத் தவிர்க்க முடியாதவகையில் அவை இடிபாடு களுக்குள்ளான. பாரசீகர்களைப் போல, மிகக் குறைந்த எதிர்ப்புடன் தமது பாரம்பரிய மதத்தைக் கைவிட்டு, வெற்றியாளரின் மதத்தை

உற்சாகத்துடன் ஏற்றுக்கொண்ட தேசம் வேறு எங்கும் கிடையாது. டைக்கிரிஸ் முதல் ஆக்சஸ் வரையிலான ஒரு பரந்த நிலப் பரப்பைக் கொண்டிருந்த பாரசீகர்கள் வியப்பிற்குரிய வகையில் பாரிய அளவிலான நிர்ப்பந்தங்களின்றி இஸ்லாத்தை ஏற்றார்கள். பண்டைய நம்பிக்கை சிதைந்தது. அது இனிமேலும் ஒரு பண்பட்ட மக்களின் ஆன்மிகத் தேவையைப் பூர்த்தி செய்யும் நிலையில் இருக்கவில்லை. 'சூரியனும் அக்கினியும்' என்ற பிரகாசத்தைக் காரிமனின் அச்சுறுத்தும் நிழல் மறைத்திருந்தது. பாரசீக வெகுமக்கள், தீமை என்ற நித்திய கோட்பாட்டின் இருண்ட சர்வாதிகாரத்திலிருந்து விடுதலை பெறுவதற்கான செய்தியாக, முஹம்மதின் எளிமையான ஏகத்துவத்தை ஏற்றுக்கொண்டார்கள்.

அலெக்சாந்திரியா முதல் கார்தேஜ் வரையிலான ஆப்பிரிக்காவின் வடக்குப் பிராந்தியம்தான், இஸ்லாத்தின் பரவலால் கிறிஸ்தவ மதம் முற்றாக அழிக்கப்பட்ட ஒரே பகுதியாகும். அங்கும் கூட, மாபெரும் மதப் புரட்சிக்குப் புதிய மதத்தின் சகிப்பின்மை காரணமாக அமையவில்லை, மாறாகப் பழைய மதத்தின் சிதைவும், அந்தச் சீரழிவால் ஏற்பட்ட பொதுவான குழப்பமும் விரக்தியும்தான் அதற்குக் காரணம். சைப்ரியன், அந்தனாசியஸ், அகஸ்டின் ஆகியோரின் திறமையினாலும் பக்தியாலும் அதிகாரத் தாலும் நிறுவப்பட்ட இயேசுவின் நற்செய்தி நம்பிக்கை (ஃபைத் ஆஃப் த காஸ்பெல் ஆஃப் ஜீசஸ்) ஆரியன், டொனாட்டிஸ்ட் ஆகியோரின் துரோகங்களினால் சீர்குலைக்கப்பட்டு வந்தது.

மேலும் வறிய வெகுமக்கள் முன்னெடுத்த கிளர்ச்சியை, மதவிரோதம் என்ற பதாகையின் கீழ் ஒடுக்கிய கத்தோலிக்க வன்மம், முன்னர் வளமாக இருந்த மாகாணங்களின் பொருளாதாரத்தை அழித்துவிட்டது. பின்னர் வாண்டல், மூரிஷ் படையெடுப்பாளர்கள் இந்தச் சிதைவுக்குள்ளானவர்களை இரக்கமின்றிப் பேரழிவிற்கு உட்படுத்தி அவர்களைச் சமூகக் குழப்ப நிலைக்கும் ஆன்மிக பலவீனத்திற்கும் ஆளாக்கினார்கள். இத்தகைய நிலையானது, அறிவுக்கொவ்வாத விடயங்களில் அல்லது துறவறத்தில் ஒரு மாயையான ஆறுதலைத் தேடும்படி அந்த மக்களைத் தூண்டியது.

சமூகச் சிதைவு, ஆன்மிக விரக்தி என்பவற்றின் அடர்த்தியான இருளில், அரேபியத் தீர்க்கதரிசியின் வீரியமானதும் நம்பகத்

தன்மையானதுமான செய்தி ஒளிவீசும் நம்பிக்கைச் சுடர்போல் பளிச்சிட்டது. புதிய மதத்தால் வழங்கப்பட்ட உலகியல் ஆசீர் வாதங்களாலும் அதேபோன்று மறுமை வாழ்வு பற்றிய ஆசீர்வாதங்களாலும் மக்களின் மனம் ஈர்க்கப்பட்டது. இம்மை வாழ்வின் போராட்டத்தில் தோற்கடிக்கப்பட்டு, தெய்வீக இருப்பு என்ற மீ-நம்பிக்கையில் (சூப்பெர்ஸ்டிசன்) தமது பாதுகாப்பை ஒப்படைத்திருந்த விரக்தியுற்ற மக்களை, இஸ்லாத்தின் வெற்றி முழக்கம் விழிப்படையச் செய்தது. கிறிஸ்தவ நற்செய்தியின் ஒரு சிதைவுற்ற பிரிவினரால் தூண்டிவிடப்பட்டிருந்த துறவறம் பற்றிய நச்சுக் கருத்துகளை, இஸ்லாத்தால் அனுமதிக்கப்பட்டு, ஊக்குவிக்கப்பட்ட இயற்கை வாழ்வின் மீதான ஈடுபாடு வெற்றி கொண்டது. விரக்தியின் ஆழத்தில் மூழ்கியிருந்த மக்கள்முன், நம்பிக்கையின் ஒரு புதிய பாதையை இஸ்லாம் திறந்துவிட்டது. அது உருவாக்கிய கிளர்ச்சி ஒரு புதிய சமுதாயத்தை உருவாக்கியது. அதில் ஒவ்வொருவரும் தனது தைரியம், ஆற்றலுக்கேற்ப முன்னேறுவதற்கான வாய்ப்பைப் பெற்றார்கள். இஸ்லாத்தின் பரவசமூட்டும் தூண்டுதலினாலும் அரேபிய வெற்றியாளர்களின் கருணைமிக்க ஆட்சியின் கீழும் வட ஆப்பிரிக்காவின் வளமான மண்ணும் உழைப்புமிக்க மக்களும் விரைவிலேயே தமது வளமையையும் செழுமையையும் மீட்டெடுத்தனர்.

'அரேபிய முன்னேற்றத்திற்கு வாள் மட்டுமே காரணம் என்பது முற்றிலும் தவறான கருத்தாகும். ஏற்றுக்கொள்ளப்பட்டிருந்த ஒரு தேசிய மதத்தை வாளினால் மாற்றலாம், எனினும் அது மனிதர் களின் மனசாட்சியைப் பாதிக்க முடியாது. இந்த வாதம் மிக ஆழமானது என்றபோதிலும், ஆசியாவினதும் ஆப்பிரிக்கா வினதும் குடும்ப வாழ்க்கையில் இஸ்லாம் வியாபிப்பதற்கு முன்பே, அதற்கான தேவை மிகவும் ஆழமாக உருவாகியிருந்தது. வென்றெடுக்கப்பட்ட நாடுகளின் சமூக நிலைமையில், இந்த நிகழ்வுப் போக்கின் விளக்கத்தைக் கண்டுகொள்ளலாம். அந்த நாடுகளில், மதத்தின் தாக்கங்கள் வெகுகாலத்திற்கு முன்பே நின்றுவிட்டன. அங்கு மதம் இறையியலாக மாற்றப்பட்டு விட்டது. வெளிப்படையான விடயங்களையே விளங்கிக் கொள்வதற்குச் சிரமப்படுகின்ற படிப்பறிவற்ற மனிதர்களால், இத்தகைய மர்மங்களைப் எப்படிப் புரிந்துகொள்ள முடியும்?

எனினும், இந்தக் கோட்பாடுகளின் அடிப்படையில்தான் மனித இனத்தின் ஈடேற்றம் அல்லது சாபக்கேடு தங்கியிருக்கிறது என்று அவர்களுக்குக் கற்பிக்கப்பட்டது. தனிப்பட்ட நல்லொழுக்கம் அல்லது தீமை என்பவை இனிமேல் கவனத்தில் கொள்ளப்பட மாட்டாது என்பதையும் பாவம் என்பது தீய காரியங்களால் அளவிடப்படாமல், மதவிரோதம் என்பதால் அளவிடப் படுவதையும் அவர்கள் பார்த்தார்கள். படுகொலைகள், விஷம் கொடுத்தல், பிறர் மனைவிகளுடன் புணர்தல், குருடாக்குதல், கலகங்கள், தேசத்துரோகங்கள், உள்நாட்டுப்போர் போன்றவற்றில் ஆயர்கள் ஈடுபடுவது என்பதும்; பூவுலக அதிகாரத்திற்கான தங்கள் போட்டிகளில் பிதாமகர்களும் உயர் பிரிவினர்களும் ஒருவரை யொருவர் விலக்கி, வெறுத்துக்கொண்டிருத்தல், திருநங்கை களுக்குத் தங்கத்தாலும், அரசவை மங்கைகள், அரச பெண்கள் போன்றோருக்குப் பிஷப்பின் காதல் சலுகைகளாலும் லஞ்சம் வழங்குதல், கடவுளின் குரலில் பேசுவதாக வலியுறுத்தி, தங்களுடைய அவை நிரம்பிய மன்றங்களில் தலைமையுரையாளர் களால் முன்வைக்கப்பட்ட அடிமட்ட சூழ்ச்சிகளாலும் கடுமையான நடவடிக்கைகளாலும் ஆட்சி மன்றங்களின் முடிவுகளில் செல்வாக்கு செலுத்துதல் என்பதும்... என்னே ஓர் எடுத்துக்காட்டு! ஏகாதிபத்திய படைகளுக்குள் பயங்கரத்தையும், பெரும் நகரங்களுக்குள் கலகத்தையும் கொண்டுசென்ற கிறிஸ்தவத் துறவிகளின் கூட்டத்தின் மத்தியில் இறையியல் கோட்பாடுகளுக்கான கூக்குரல்கள் பயங்கரமாக எழுந்தன; ஆனால் அறிவார்ந்த விடுதலைக்காகவோ சீற்றம்மிக்க மனிதர்களின் உரிமைகளுக் காகவோ அவர்கள் ஒருபோதும் குரல் எழுப்பவில்லை. இத்தகைய நிலைமையில் வெறுப்பு அல்லது அக்கறையின்மையைத் தவிர வேறு என்ன விளைவு இருக்க முடியும்?

தமது இதயங்களிலிருந்து அனைத்து பிடிப்பையும் இழந்து விட்ட ஒரு முறைமைக்கு, மனிதர்கள் ஆதரவளிப்பார்கள் என நிச்சயமாக எதிர்பார்க்க முடியாது.

> எனவே, மதப்பிரிவுகளின் சச்சரவுகளின் மத்தியிலும்... எண்ணற்ற பகைமை கொண்டோர்களின் அராஜகத்திற்கு மத்தியிலும் உலகம் முழுவதிலும் ஒலித்தது... ஒரு பயங்கரமான போர் முழக்கம், 'ஓர் இறைவன் மட்டுமே இருக்கிறான்...' அந்தக்

குழப்பமான கூக்குரல்கள் அமைதியாக்கப்பட்டமை வியப்பாக இருக்கிறதா, ஆசியாவும் ஆப்பிரிக்காவும் வீழ்ந்தது வியப்பாக இருக்கிறதா, சிறப்பான காலங்களில், தேசபக்தி பெரும்பாலும் மதத்திற்குக் கீழ்ப்படிகிறது; அன்றைய காலங்களில் தேசபக்தி முற்றாக இறந்துவிட்டது (ஜே டபிள்யூ. டிராப்பர், ஐரோப்பிய அறிவியல் வளர்ச்சியின் வரலாறு, தொகுதி 1, பக். 33-213).

முஹம்மதின் தோழர்களால் போதிக்கப்பட்ட சமத்துவக் கொள்கை, அரபு இனக்குழுக்களின் நாடோடி வாழ்க்கையின் சுதந்திரத்தில் இருந்து உருவானது. தேசிய கொள்ளைத் தொழிலில் அவர்கள் அனைவரும் சமமான வீரத்தைக் காட்டியிருந்தார்கள். பழங் காலத்தின் தாழ்மையான அந்த அழைப்பு வெற்றியில் அற்புதமான சமபங்கை உறுதிப்படுத்தியபோது, மற்றவர்களுடையது போன்று, தன்னுடைய குதிரை எவ்வளவு வேகமெடுக்கும் என்பதையும் தன்னுடைய வளைவாள் (*சிமிட்டர்*) எவ்வளவு கூர்மையானது என்பதையும் தனிப்பட்ட அரேபியர் மறக்க வில்லை. செசோஸ்திரி, கைரஸ், அலெக்சாண்டர், டேரியஸ், பொம்பி, ஆஷர்வான், தாலமி, டிராஜன் ஆகியோரின் வெற்றிப் படைகளுக்கு எதிராக, தன்னுடைய பாலைவன தாயகத்தைப் பாதுகாப்பதில் ஒவ்வொரு அரேபியரும் சமமான பங்கைக் கொண்டிருந்தார். ஒரு பொழுதுபோக்கான விளையாட்டில் அவர் குறைந்த பங்கை வகிக்கமாட்டார்.

ஆனால், இஸ்லாம் பிரகடனம் செய்த சமத்துவக்கோட்பாடு, இஸ்லாத்தின் அற்புதமான வெற்றிக்குரிய ஒரு காரணியாக அமைந்ததோடு, அது அரேபிய வீரனின் வாளைவிட எவ்விதத்திலும் குறையாத ஆற்றலைக் கொண்டிருந்தது என்பதையும் நிரூபித்தது. ரோமானிய பைசான்தின், பாரசீகம், பின்னர் இந்தியப் பேரரசுகளில் நிலவிய வர்க்க, சாதிய அடக்குமுறைச் சட்டங்களுடன் இது கூர்மை யாக முரண்பட்டது. உண்மையில், சீரழிந்த பண்டைய நாகரிகத்தின் அனைத்து நாடுகளிலும் நீண்டகாலமாக மறக்கப்பட்டிருந்த சுதந்திரத்திற்கும் சமத்துவத்திற்கும் ஆதரவாக இஸ்லாம் நின்றது.

முந்தைய நாகரிகங்களின் ஆன்மிகப் பாரம்பரியத்தை அரேபியர்கள் பெருமையுடன் இணைத்துக்கொண்டார்கள். இதனால் அந்த நாகரிகங்களின் அடக்குமுறை ஆட்சியாளர்களின் கீழ் புலம்பிக்கொண்டிருந்த துரதிருஷ்டவசமான மக்களுடன்,

அந்த ஆன்மிகப் பாரம்பரியத்தைப் பகிர்ந்துகொள்வது அவர்களின் பணியாக மாறியது. இஸ்லாத்தின் வியக்கத்தக்க விரிவாக்கத் திற்கு அக்காலச் சூழ்நிலைகள் சாதகமாக இருந்தன. பண்டைய நாகரிகங்களின் உலகம் முழுவதுமிருந்த ஆளும்வர்க்கங்கள், அறிவியல்ரீதியாகவும் ஆன்மிக ரீதியாகவும் வீழ்ச்சியடைந்திருந்த காலத்தில் இஸ்லாம் உயர்ந்தெழுந்தது. சீரழிவு, சிதைவு, சர்வாதிகாரம் போன்ற சமூக நிலைமைகளுடன் கூடிய அதிருப்தி யானது, ஒரு சிறந்த உலகத்தை உருவாக்குவதற்கான ஆர்வத்தையும் முயற்சியையும் வெகுமக்களில் உருவாக்கி இருந்தது. அந்தப் புரட்சிகர உணர்விலிருந்து பிறந்த முதற் குழந்தை கிறிஸ்தவம் தான்.

எனினும், ஊழல்மயப்பட்ட பழைய ஆளும் வர்க்கத்தின் ஆதரவையும் பெற்றிருந்த கிறிஸ்தவத்தின் துரதிருஷ்டவசமான வெற்றியானது, அதை ஏற்கனவே நிறுவப்பட்டிருந்த சமூக ஒழுங்கிற்கு ஆதரவளிப்பதாக மாற்றிவிட்டது. தங்களுடைய தீர்க்கதரிசி, ரோம நுகத்தடிக்கு எதிராகப் புரட்சியைப் போதித்தார் என்பதை, தேவாலய பிதாக்கள் வசதியாக மறந்துவிட்டார்கள். மேலும் அவரை, 'சீசருக்கு அவருடைய பங்கைச் செலுத்துங்கள்' என்ற அவமானகரமான கட்டளையை உரத்துச் சொல்கின்ற, சாந்த குணமுள்ள செம்மறியாடாகச் சித்திரித்திருந்தார்கள். கிறிஸ்தவத்தின் பின்புலத்தை உள்ளடக்கியிருக்கின்ற யூத வரலாற்றின் முழுப் பாரம்பரியத்தையும் மீறுவதாக இந்தக் கட்டளை இருந்தது.

ஆளும் வர்க்கத்துடன் சமரசம் செய்துகொண்ட கிறிஸ்தவத்தால், அக்கால கட்டத்தின் பிறநிலைமைக்கேற்ற ஒரு புதிய சமூக ஒழுங்கை நிறுவ முடியவில்லை, மாறாக அதைக் காட்டிக் கொடுத்தது. அது ஆதரவற்றவர்களை இவ்வுலகின் வெற்றிக்கு இட்டுச் செல்ல மறுத்து, பாலும் தேனும் ஓடுகின்ற மறு உலகம் என்ற மாயையைக் காட்டி அவர்களை ஏமாற்றியது. இந்த உலகத்தின் ஆட்சியாளர்களின் கொடுங்கோன்மைக்கு அடிபணிகின்ற, சாந்தகுணமுள்ளவர்கள் மட்டுமே, பரலோக இராச்சியத்தில் நுழைவார்கள் என அது கூறியது.

கிறிஸ்தவத்தின் தகர்வானது, மிகத் தீவிரமான ஒரு மதம் தோன்றுவதை வரலாற்றுத் தேவையாக ஆக்கியது. இஸ்லாம்

தனது ஆதரவாளர்களுக்கு ஓர் அற்புதமான சொர்க்கத்தை மட்டும் வாக்குறுதியளிக்கவில்லை; கூடவே அது இந்த உலகத்தை வெற்றிகொள்ளவும் அவர்களுக்கு உத்வேகமளித்தது. உண்மையில், அரேபிய தீர்க்கதரிசியின் சொர்க்கம் என்பது இந்த உலகில் அடையப்பட வேண்டிய இன்ப வாழ்வின் மகிழ்ச்சியும் இன்பமும் அன்றி வேறில்லை. முஹம்மது தமது சொந்த மக்களின் தேசிய ஒற்றுமைக்கான ஒரு தளத்தை வழங்கியது மட்டுமல்லாமல், ஐக்கிய அரபு தேசத்தை ஒரு புரட்சிக் குரலுடன் ஆயுதபாணி யாக்கினார். இது அருகிலிருந்த அனைத்து நாடுகளிலும் உள்ள ஒடுக்கப்பட்ட, ஆதரவற்ற வெகுமக்களிடமிருந்து உடனடியான பிரதிபலிப்பைப் பெற்றது.

ஆன்மிக ரீதியானதும் அதேபோன்று சமூக, அரசியல் ரீதியானதுமான விடயங்களே இஸ்லாத்தின் வியத்தகு வெற்றிக் கான காரணங்களாகும். இந்த முக்கியமான விடயத்தைப் பற்றிக் கிப்பன் பின்வருமாறு கூறுகிறார்:

> முஹம்மதின் மதம், ஜொராஸ்டர் முறையைவிடத் தூய்மை யானது, மோசேயின் சட்டங்களைவிடத் தாராளத்தன்மை யானது, ஏழாம் நூற்றாண்டில், நற்செய்தியின் எளிமையை இழிவுபடுத்துவதாக அமைந்த மர்மம், மீ-நம்பிக்கை என்பவற்றைக் காட்டிலும், இஸ்லாம் பகுத்தறிவுடன் குறை வாகவே முரண்படுவதாக இருந்தது (*ரோமானியப் பேரரசின் சரிவும் வீழ்ச்சியும்*).

இஸ்லாத்தின் ஆரம்பகால ஆதரவாளர்களின் போர்த்திறனை விட, அதனுடைய விடுதலைக் கொள்கையும், சமத்துவக் கொள்கை யுமே அதன் மகத்தான வெற்றிக்குக் காரணம் என்பதற்கு இன்னுமொரு வரலாற்றாசிரியர் சான்று பகர்கிறார்:

> ஒரு கிறிஸ்தவத் தேசத்தை அரேபியர்கள் வெற்றிகொண்ட போது பெரும்பாலும் ஒவ்வொரு சூழ்நிலையிலும், இந்த வெற்றி முன்னேற்றகரமானது என வெற்றிகொள்ளப்பட்ட மக்கள் கருதினார்கள். தமது வெற்றிக்குச் சாதகமாக அமைந் திருந்த இத்தகைய கருத்துக்காக அரேபியர்கள் கடமைப் பட்டிருந்தனர் என்பதை வரலாறு துரதிருஷ்டவசமாக வெளிப் படுத்துகிறது. பெரும்பாலான கிறிஸ்தவ அரசாங்கங் களின் நிர்வாகம், அரேபிய வெற்றியாளர்களின் நிர்வாகத்தைவிட

அதிக அடக்குமுறைத்தன்மை கொண்டதாக இருந்தது என்பதை, அவற்றிற்கு ஏற்பட்ட அவமானத்திற்கான காரணமாகக் கொள்ளலாம்... சிரியாவின் மக்கள் முஹம்மதின் சீடர்களை வரவேற்றார்கள்; எகிப்தின் கோப்தியர்கள் தங்கள் நாட்டை அரேபியரின் ஆதிக்கத்தின் கீழ் கொண்டுவருவதற்குப் பங்களிப்புச் செய்தார்கள்; அரேபியர்கள் ஆபிரிக்காவைக் கைப்பற்றுவதற்குக் கிறிஸ்தவப் பேர்பர்கள் (வட ஆப்பிரிக்காவை, முதன்மைத் தாயகமாகக்கொண்ட ஒரு இனக் குழுவினர்) உதவினார்கள். இந்தத் தேசங்கள் அனைத்தும், கான்ஸ்தாந்தி னோபிள் அரசாங் கத்தின் மீதான வெறுப்பால், முஹம்மதியர் களின் ஆதிக்கத்தின் கீழ் தம்மை நிலைநிறுத்திக்கொள்ளத் தூண்டப்பட்டன. பிரபுக்களின் துரோகமும் மக்களின் உதாசீனமும் ஸ்பெயினையும் பிரான்சின் தெற்குப் பகுதியையும் அரேபியர்களுக்கு எளிதாக இரையாக்கின (ஃபின்லே, *பைசாந்திய பேரரசின் வரலாறு*).

5

முஹம்மதும் அவருடைய போதனைகளும்

'அனைத்து மனிதர்களிலும் மனித இனத்தின் மீது மாபெரும் செல்வாக்கைச் செலுத்திய மனிதர்' என்று இஸ்லாத்தின் நிறுவனர் வகைப்படுத்தப்படுகிறார் (டிராப்பர், *ஐரோப்பாவின் அறிவியல் வளர்ச்சியின் வரலாறு,* தொகுதி 1, ப. 329). எனினும் அவர் தெய்வீக வெளிப்பாட்டின் மாண்பைப் பற்றிக் கூறும்வரை, அவரைப் பற்றி அசாதாரணமானதாக எதுவும் இருக்கவில்லை. பிற எல்லா மதங்களின் தீர்க்கதரிசிகள், அப்போஸ்தலர்கள், பரிசுத்தவான்கள் ஆகியோரின் விடயத்தில் இருந்ததைப் போன்றே, அந்தச் சந்தேகத்திற்கிடமான கூற்றின் அடித்தளம் கற்பனையானதாக இருந்திருக்கலாம்—கிறிஸ்தவ ஆணவம் அரேபிய தீர்க்கதரிசியை ஒரு 'ஏமாற்றுக்காரர்' என அழைத்தது. ஆனால், மோசேயுடனும் இயேசுவுடனும் சேர்ந்துதான் அவருக்கு அந்தப் பெயர் வழங்கப்பட்டது என்பது மறக்கப்பட்டிருந்தது. மத்திய காலத்தின் இறுதிக் கட்டத்தில், பெயர் குறிப்பிடப்படாமல், வெளியிடப்பட்ட ஒரு புகழ்பெற்ற நூலான, *மூன்று ஏமாற்றுக் காரர்கள்* என்னும் நூல் ஐரோப்பாவில் பரபரப்பை ஏற்படுத்தியது. அந்த நூலின் ஆசிரியர்களாக, கிறிஸ்தவ அரசர் ஃபிரடெரிக் பார்பரோசாவும் அதேபோன்று முஸ்லிம் தத்துவஞானி அவெரோஸசும் குறிப்பிடப்பட்டார்கள்.

முஹம்மது ஒரு 'ஏமாற்றுக்காரராக' இருந்திருப்பின், அவர் தம்முடைய பாத்திரத்தை மற்ற தீர்க்கதரிசிகளைவிட உணர்வுப் பூர்வமாக முன்னெடுத்திருக்கமாட்டார். இந்தத் தீர்க்கதரிசிகளி னூடாக தெய்வீக வெளிப்பாடு என்ற புனைவு நிஜமாகியதோடு,

அறியாமையும் மீநம்பிக்கையும் கொண்ட வெகுமக்களிடம், நம்பிக்கையைக் கொண்டுசெல்கின்ற கருவிகளாகவும் அவர்கள் அமைந்திருந்தார்கள். தமக்குள் கருக்கொண்டுள்ள தேசிய ஒற்றுமை என்ற இலட்சியத்தை இயற்கைக்கு அப்பாற்பட்ட அதிகாரத்துடன் இணைக்காவிட்டால், முரண்பட்டு நிற்கின்ற அரேபியப் பழங்குடிகளை அந்த இலட்சியத்தை ஏற்கும்படி கோர முடியாது என்பதை முஹம்மது உணர்ந்தார். அறியாமையில் இன்பம் காண்பவர்களாகவும் முன்பே உருவாக்கப்பட்டுள்ள கருத்துக்களின் அடிப்படையில் சிந்திப்பவர்களாகவும் இருக்கின்ற மக்களை வேறு எந்த வாதங்களையும் கொண்டு நம்ப வைக்க முடியாது. ஒரு பெரிய, சர்வ வல்லமையுள்ள கடவுளின் ஆற்றல், சிறிய தெய்வங்களின் ஆற்றலைத் தோற்கடிக்கக்கூடியது. பெரிய கடவுளின் கருணையின் மூலமாகச் சிறிய கடவுள்களின் சினத்திலிருந்து பாதுகாப்புப் பெற முடியும். ஓர் உன்னதமான இறைவனின் சர்வ வல்லமையின் மீது ஏற்படுகின்ற நம்பிக்கையின் மூலமாக மட்டுமே, பழங்குடி தெய்வங்களின் ஒட்டுமொத்த கொடுங்கோன்மைக்கு எதிராகக் கிளர்ச்சி செய்யுமாறு மக்களை ஊக்குவிக்க முடியும். உன்னதமான இறைவன் இல்லையாயின் அவர் கண்டுபிடிக்கப்பட வேண்டும். இதுதான் முஹம்மதின் சிந்தனைத் தொடராக இருந்தது. அதில் எந்த வஞ்சகமும் இருக்கவில்லை. அரேபியத் தீர்க்கதரிசியின் ஆதரவைப் பெற்ற இதே வாதத்தை, ஆயிரம் ஆண்டுகளுக்குப் பின்னர் பகுத்தறிவு வாதி வால்டேர் முன்வைக்கவில்லையா?

ஆனால் பிந்தையவர் விடயத்தில், இந்த வாதம் எதிர்ப்பிலிருந்து பாதுகாப்புப் பெறுவதற்காக முன்வைக்கப்பட்டது; வால்டேர் ஒரு கடவுளைக் கண்டுபிடிப்பதன் அவசியத்தை ஆதரித்தார், ஏனெனில் சிதைந்துகொண்டிருந்த நிலப்பிரபுத்துவ முடியாட்சியைப் பாதுகாப்பதற்கான ஒரே உத்தரவாதமாக அது இருந்தது. முஹம்மதின் காலத்திலோ, அன்றைய சூழ்நிலைமைகளில் இந்த வாதம் முற்போக்கானதாக இருந்தது, அது நேர்நிலையான புரட்சிகர நோக்கத்திற்காக முன்வைக்கப்பட்டது. மனித மனம் இயற்கைக்கு அப்பாற்பட்ட நம்பிக்கையால் ஆதிக்கம் செலுத்தப் படும்போது, மக்களின் ஆதரவைப் பெறுவதற்காக ஒவ்வொரு கருத்தும் அந்த நம்பிக்கையின் அடிப்படையில் வடிவமைக்கப்பட

வேண்டும். தவிர, ஒரே இறைவன் என்ற கருத்து முஹம்மதின் கண்டுபிடிப்பு அல்ல. முந்தைய அத்தியாயத்தில் விவரிக்கப்பட்ட சமூக நிலைமைகளிலிருந்து இந்தக் கருத்து வளர்ந்திருந்தது. ஒரே இறைவன் இருப்பதற்கான ஆதாரங்களைக் கண்டறிவதுதான் முஹம்மதின் பணியாக இருந்தது. நீங்கள் மக்களை நம்பவைக்க விரும்பினால், அவர்களை நம்பச் செய்யக்கூடிய வகையிலான ஆதாரங்களை மட்டுமே நீங்கள் முன்வைக்க வேண்டும்.

எனினும் முஹம்மதின் இறைதேடலானது, வால்டரின் விடயத்தில் இருந்ததைப் போன்று அவநம்பிக்கையால ஈர்க்கப்பட வில்லை. அது உணர்வெழுச்சியால் ஈர்க்கப்பட்ட ஒரு கற்றறியா மனிதனின் நேர்மையான முயற்சியாக இருந்தது. அரேபிய தேசத்தைக் காப்பாற்றக்கூடிய ஓர் இறைவனைத் தேடி, அவர் பாலைவனத்திற்குச் சென்று தியானம், நோன்பு, பிரார்த்தனை போன்றவற்றில் தம்மை அர்ப்பணித்தார். இருபதாம் நூற்றாண்டின் இந்த நாள்களிலும்கூட, தெய்வீக ஈர்ப்பை நாடுகின்ற தப்பெண்ணம் கொண்டோர் பின்பற்றுகின்ற வழக்கமான நடைமுறைகளாக இவை இருக்கின்றன. இதன் விளைவு, இதுபோன்ற அனைத்து சூழ்நிலைகளிலும் ஏற்படுவதையொத்த விளைவாகவே இருந்தது.

> இயற்கைக்கு அப்பாற்பட்ட உருவங்கள் அவரைச் சந்தித்தன, மர்மமான குரல்கள் அவரை இறைவனின் தீர்க்கதரிசியாக அங்கீகரித்தன; கற்களும் மரங்களும்கூட முணுமுணுப்பதில் இணைந்துகொண்டன (டிராப்பர், மேலது)

இத்தகைய அனுபவங்கள் எப்போதும் பெருமூளையில் ஏற்படுகின்ற பிறழ்வுகளால் உண்டாகின்றன. குறிப்பிட்ட செயற்பாடுகள் மிக அதிகமாக முன்னெடுக்கப்படுகின்றபோது இது நிகழ்கின்றது. பிற உணர்ச்சிகளின் மீதான பிரக்ஞையைத் தவிர்ப்பதற்காக, குறித்த விடயங்களில் மனம் ஒருமுகப்படுத்தப்பட்டால், அவ்விடயங்கள் எவ்வளவுதான் நம்பமுடியாததாகவோ கற்பனையானதாகவோ இருந்தாலும், அவை நிஜமானதாகத் தோன்றலாம். 'சாமியேறுதல்' (இன்ஸ்பிரஷன்) அல்லது வேறுவித 'மத அனுபவம்' போன்றவை, தற்செயலாகவோ திட்டமிட்ட வகையில் மேற் கொள்ளப்படுகின்ற குறிக்கப்பட்ட செயற்பாடுகளின் மூலமாகவோ ஏற்படுகின்ற ஒரு நோயியல் விளைவாகும் என்ற

உண்மையைச் சோதிடர்கள் பற்றிய ஒரு விஞ்ஞான ரீதியான ஆய்வு வெளிப் படுத்தியுள்ளது.

தன்னையொத்த முன்பிருந்தவர்கள் அல்லது பின்வந்தவர்கள் போன்றே முஹம்மதும் செயற்பட்டார். ஆனால் அவருடைய விடயத்தில் ஓர் உண்மை இருந்தது, அது அவருடைய பெயருக்குப் புகழ் சேர்த்தது. ஆன்மிக உயர்வுக்கான சான்றுகளாக எடுத்துக் கொள்ளப்படக்கூடிய அந்த உளநோயியல் அறிகுறிகளால் குழப்பப்பட முடியாத அளவுக்கு அவர் தெளிவுடையவராக இருந்தார். தான் மனநோயாளியாகிவிடப் போவதாக அவர் பயந்தார்; அவருடைய புத்திசாலித்தனமான மனைவி உரிய நேரத்தில் அவருக்கு உதவி செய்யாமலிருந்திருந்தால், அவர் தம்முடைய பணியைக் கைவிட்டிருக்கக்கூடும். உலக அறிவால் முதிர்ச்சி யடைந்திருந்த செல்வந்த வணிகரான கதீஜாதான், தம்முடைய கணவரிடம் தென்பட்ட மனப்பிறழ்வுகளின் ஆன்மிக மதிப்பை விரைவாகப் புரிந்துகொண்டார். அவருடைய தரிசனங்கள் பைத்தியநிலையின் அடையாளங்கள் அல்ல, அவை இறைவனுடைய தூதர்கள் என அவர் தமது கணவரை நம்பவைத்தார். ஆலோசனைக்கு உட்பட வேண்டியதான அவருடைய உளநோயியல் நிலையைச் சாதகமாகக் கொண்டு, இறைவனுடைய செய்தியுடன் அறைக்குள் நுழைகின்ற ஒரு தேவதூதனை அவரால் எளிதாகப் 'பார்க்கும்படி' கதீஜா செய்தார். உண்மையில் அறியாமை, மீநம்பிக்கை, தப்பெண்ணம் என்பவற்றின் பின்னணியிலும் மாயையின் கீழும் முதன்மைப் பாத்திரங்களை நடிக்கச் செய்யும் போது மட்டுமே நாடகத்தை அரங்கேற்ற முடியும். ஆனால் எல்லா மதங்களும் இவ்வாறுதான் பிறக்கின்றன. இஸ்லாம் ஒரு விதிவிலக்கு என்று கருதுவதற்கு எந்தக் காரணமும் இல்லை.

எனினும், அது இறை அங்கீகாரத்தைக் கண்டுபிடித்தது என்பதைத் தவிர, ஏனைய விடயங்களில் மற்ற மதங்களைவிட வேறுபட்டிருந்தது. மதக் கோட்பாடுகள், மெய்யியல் ஊகங்கள் என்பவற்றிலும் பார்க்க, உறுதியான அரசியல் உணர்வு, முற்போக் கான சமூகக் கொள்கைகள், தனிமனித நடத்தைகள் தொடர்பான போற்றத்தக்க விதிமுறைகள் என்பவற்றை அதிகமாகக் கொண்டிருந்தது என்ற வகையில் இஸ்லாம் விதிவிலக்காக இருந்தது.

முஹம்மது இயல்கடந்த மெய்யியலில் வீணாக ஈடுபடவில்லை. ஆனால் தனிப்பட்ட தூய்மை, நிதானம், நோன்பு, பிரார்த்தனை, மற்றும் எல்லாவற்றுக்கும் மேலாக, தர்மம், தொண்டு ஆகியவற்றை மதிக்கின்ற ஒழுங்குமுறைகள் மூலமாக, தமது மக்களின் சமூகநிலையை மேம்படுத்துவதில் தம்மை ஈடுபடுத்திக்கொண்டார். தாராளவாதமானது அண்மைக் காலம் வரை உலகிற்கு அந்நியமாக இருந்தது. ஆனால் முஹம்மது இந்தத் தாராளவாத உணர்வுடன், ஒருவர் எந்த மதத்தைப் பின்பற்றியபோதிலும், அவர் நல்லொழுக்கம் உள்ளவராக இருந்தால், அவருடைய இரட்சிப்பை ஏற்றுக்கொண்டார் (டிராப்பர், மேலது).

நடைமுறையில் கல்வியறிவு இல்லாத மனிதரான முஹம்மதால் இயற்றப்பட்ட குரான், இயல்பாகவே எந்தவொரு அறிவார்ந்த தரத்திலான படைப்பு அல்ல. இது செம்மையற்ற கருத்துகள், அற்புதமான ஊகங்கள் ஆகியவற்றால் நிறைந்தது; ஒரு மாபெரும் மதத்தின் ஈர்ப்பிற்குரிய ஒரு மூலமாகக் குர்ஆன் இருக்கிறது. இருந்தும், குர்ஆனில் காணப்படுகின்ற இந்தக் வெளிப்படையான குறைபாடுகள் அதன் மாபெரும் தகுதியை எளிதாக மறைக்கின்றன. * முஹம்மதின் மதம் கடுமையான ஏகத்துவத்தன்மை (ஓரிறை வாதத்தைக்) கொண்டது; ஓரிறைவாத நம்பிக்கைக் கோட்பாட்டில் அது சமரசமற்றதாக இருந்தது; அது பல பின்பற்றுபவர்களுக்கு மதத்தின் மிக உயர்ந்த வடிவமாக மாறியது. இந்தப் பண்பே அது ஓர் உயர்ந்த மதம் என்ற சிறப்பை அதற்கு வென்று கொடுத்தது. தத்துவார்த்த ரீதியில், மதத்தின் அடித்தளமாகக் கடவுள் என்ற சிந்தனை இருக்கிறது.

* மேற்கத்திய அறிஞர்கள், குறிப்பாக மத்திய கிழக்கு, தெற்காசிய சமூகங்களைத் தங்கள் வாசகர்களுக்காக 'விளக்கம்' செய்ய முயலும் போது, மேற்கத்திய அறிஞர்களால் எடுக்கப்பட்ட, ஒழுங்கமைக்கப்பட்ட மதங்கள் பற்றிய எதிர்மறையான நிலைப்பாட்டை மேற்கூறிய பகுதி பிரதிபலிக்கிறது. உண்மையில், அவற்றுள் பெரும்பாலானவை அச்சு இயந்திரத்தின் உதவியுடன் உலகெங்கிலுமுள்ள பூர்வீக மதங்களின் மேல் ஏளனத் தொனியில் தங்களுடைய நம்பிக்கையைப் பரப்புரை செய்ய முயன்ற கிறிஸ்தவ மிஷனரிகளே இதற்குக் காரணம். குர்ஆன் (ஆங்கிலமயமாக்கப்பட்ட சொற்பிழைகளைவிடத் துல்லியமானது) இஸ்லாத்தின் தொடக்ககால ஆதரவாளர்களால் மனப்பாடம் செய்தல் அல்லது அருளப்பட்டு, எழுதப்பட்ட

இந்தச் சிந்தனை, ஒன்றுமில்லாததிலிருந்து படைத்தல் என்ற கருத்தாக்கத்திற்கு இட்டுச் செல்லுமாயின், அது எல்லாத் தவறுகளிலிருந்தும் விடுபட்டுவிடும். கிரேக்கம் போன்றே இந்தியாவின் பண்டைய தத்துவவாதிகளின் பகுத்தறிவுவாதமும் இந்த அற்புதமான கருத்தாக்கத்தை விலக்கியிருந்தது. இதன் விளைவாக, அந்தப் புராதன பகுத்தறிவுவாதத்தின் பின்புலத்திலிருந்து வளர்ந்துவந்த மதங்களால், கடவுளைப் பற்றிய அடிப்படைக் கருத்தை உறுதியாக நிறுவ முடியவில்லை. இதனால், இந்துமதம், யூதமதம், கிறிஸ்தவம் ஆகிய எல்லாப் பெரிய மதங்களும் இறுதியில் பலதெய்வ வழிபாட்டின் ஏதோ ஒரு வடிவத்தில் முடிவடைந்தன. தர்க்கரீதியாக அவை மதத்தை அப்படியே இல்லாமலாக்குகின்றன. ஏனெனில் தனித்துவமான உலகைக் கடவுளுடன் அடையாளப்படுத்துகின்றபோது, பலதெய்வ வழிபாடானது, கடவுள் பற்றிய கருத்தையே சந்தேகத்தின் கீழ் வைக்கிறது. அது படைப்பு என்ற கருத்தை அகற்றுகிறது, இதன் விளைவாகக் கடவுள் என்ற எண்ணமும் போக வேண்டும். உலகம் என்றென்றைக்கும் தானாகவே நிலைத்திருக்குமென்றால், ஒரு படைப்பாளியை அனுமானிக்க வேண்டிய அவசியமில்லை. அத்துடன், படைப்புத் தொழிலை இழக்கின்ற கடவுள், ஒரு தேவையற்ற கருதுகோளாக மாறுகிறார்.

முஹம்மதின் மதம் இந்தச் சிக்கலான கோர்டிய முடிச்சை அவிழ்க்கிறது. ஆதிகாலப் பகுத்தறிவுவாதத்தின் சங்கடத்திலிருந்து, கடவுளைப் பற்றிய கருத்தை அது விடுவிக்கிறது. ‘ஒன்றுமில்லாததிலிருந்து படைத்தல்’ என்ற அறவே பகுத்தறிவுக்கு

☞ விளக்கங்கள் மூலம் பாதுகாக்கப்பட்டது (மேலே ‘செம்மையற்ற கருத்துகள், அற்புதமான ஊகங்கள்’ என்று குறிப்பிடப்படுகிறது). எனவே அந்த வகையில், இது ‘இயற்றப் பட்டது’ அல்ல, வாய்மொழி மரபிலிருந்து தொகுக்கப்பட்டது. இஸ்லாத்தின் புனித நூல் பொதுவாக எழுத்து வடிவில் கிடைப்பதற்கு முன்பு, குர்ஆனை நினைவிலிருந்து பேசுவது (ஹிஃப்ஸ்) மற்றவர்களுக்குக் கற்பிக்கும் முறையாக இருந்தது. நபிகள் நாயகம் மறைந்த சுமார் இருபது ஆண்டுகளுக்குப் பிறகு, பல 'ஹஃப்பாஸ்' (குர்ஆனை மனப்பாடம் செய்தவர்கள்) மூன்றாம் கலீஃபா உஸ்மான் பின் அஃப்பான் ஒரு குறிப்பிட்ட அரபு பேச்சுவழக்கில் எழுதப்பட்ட உரையைத் தரப்படுத்தினார். உஸ்மானின் பிரதி, இன்று அறியப்படும் வரிசையில் 114 சூராக்கள் (இயல்கள்) அல்லது வசன எண்ணிக்கைகளைக் கொண்டுள்ளது (ப-ஆ).

ஒவ்வாத கருத்தைத் துணிச்சலாக வலியுறுத்துவதன் மூலமாக, அது இந்தச் சங்கடத்தை அகற்றுகிறது. கடவுள் தன்னுடைய சர்வ மகிமையுடன் தனித்து நிற்கிறார்; இந்த முழு உலகத்தையும் மட்டுமல்ல, முடிவற்ற தொடர்ச்சியான உலகங்களையும் படைக்கும் ஆற்றல் அவருடைய சர்வ வல்லமையின் அடையாளம். இவ்வாறு இறுக்கமானதாகவும் புராதன முறையிலும் அமைந் திருந்த போதிலும், இறைவன் என்ற கருத்தை நிறுவியது முஹம்மதின் பெருமையாகும். இந்தப் பெருமையின் காரணமாக, அவர் மிகத் தூய்மையான மதத்தின் நிறுவனர் என்ற வரலாற்றுப் பெருமையை அடைந்திருக்கிறார். ஏனெனில், இஸ்லாம் 'பகுத்தறிவுக்கு இணையான' ஒரு சிறந்த மதமாகவும் இருப்பதால், அது மற்ற எல்லா மதங்களையும் மிக இலகுவாக வென்றது. இந்தப் பிற மதங்கள், அவற்றின் சகல மெய்யியல் சாதனைகள், இறையியல் நுணுக்கங்கள், தத்துவப் பெருமிதங்கள் என்பவற்றைக் கொண்டிருந்த போதிலும், அவை மதங்கள் என்ற வகையில் குறைபாடு உடையவையாக இருந்தன; போலி மதங்களாக இருப்பவை.

எனினும், ஓரிறைவாதம் (ஏகத்துவம்) என்பது மிகவும் கிளர்ச்சி மிக்க ஒரு கோட்பாடு. அது தன்னளவில் மதத்தின் மிக உயர்ந்த வடிவமாகத் திகழ்கின்ற அதே நேரத்தில், அது மதச் சிந்தனை முறைமையின் ஆணிவேரைத் தாக்குகிறது. உலகத்திற்கு மேலேயும் அதற்கு அப்பாலும் கடவுளை வைப்பதால், அவர் இல்லாமல் செயல்படுவதற்கான சாத்தியத்தை அது எப்போதும் திறக்கிறது. இஸ்லாம் ஒரு கடுமையான ஏகத்துவ மதம் என்ற வகையில், மதரீதியான சிந்தனை முறையால் ஆதிக்கம் செலுத்தப் பட்டு வந்த மனித வரலாற்றின் அத்தியாயத்தை அது முடிவுக்குக் கொண்டு வந்தது. அதன் இயல்பின் காரணமாக, இஸ்லாம் மரபுக்கு மாறான விளக்கங்களுக்கு வழிவகுத்தது. இதனால் இறுதியில் அது மத ரீதியான சிந்தனை முறையைக் கலைத்துவிட்டு, நவீன பகுத்தறிவுவாதத்தின் அடித்தளத்தை அமைத்தது.

ஏகத்துவத்தின் செயற்பாட்டை நாம் ஒரு வலிமையான ஏரிக்கு ஒப்பிடலாம். இது அறிவியல் வெள்ளத்தை ஒன்றாகச் சேர்க்கிறது, அவை திரண்டு அணையை உடைக்கத் தொடங்கும் வரை இது நிகழ்கிறது... மாபெரும் ஏகத்துவ சமயங்களில்

மூன்றாவது சமயமான இஸ்லாம், பொருள்முதல்வாதத்திற்கு மிகவும் சாதகமானது. அவற்றில் இளமையான இஸ்லாம்தான், அரேபிய நாகரிகத்தில் பிரகாசமான வெடிப்புடன்கூடிய ஒரு சுதந்திரமான தத்துவ உணர்வை வளர்த்தெடுத்த முதல் மதமாகவும் இருந்தது. இந்தச் சுதந்திரமான உணர்வு, மத்திய காலத்தில் பிரதானமாக யூதர்கள் மீதும், மறைமுகமாகக் கிறிஸ்தவர்கள் மீதும் கடுமையான செல்வாக்கைச் செலுத்தியது (எஃப். ஏ. லாங்கே. *பொருள்முதல்வாதத்தின் வரலாறு*, தொகுதி 1, பக். 174-175).

ஏகத்துவத்தின் மிகவும் பரிபூரணமான வடிவமாக இருந்ததால், இஸ்லாம் அந்தப் பாத்திரத்தை வகித்தது. குர்ஆனின் அடிப்படைக் கருத்துகள் அதன் புரட்சிகர விளைவுகள் அனைத்திற்குள்ளும் செழித்து வளர்வதை, அதன் நேர்த்தியற்ற தன்மை தடுக்கவில்லை.

முஹம்மதின் கடுமையான ஏகத்துவ வாதம், இறைவனின் ஒரே தீர்க்கதரிசி என்ற அவரின் கூற்றுக்கு முரணாக இருந்தது. மோசஸ், இயேசு மற்றும் ஏனைய எபிரேய தீர்க்கதரிசிகளைக் கடவுளின் தூதர்களாகக் குர்ஆன் அங்கீகரித்தது. எனினும், கடவுளின் ஒரே தீர்க்கதரிசி என்ற முஹம்மதின் கூற்று, ஆரம்பத்தில் பகிரங்கமாக விவாதிக்கப்படாவிட்டாலும், அவருடைய தோழர்கள் மத்தியிலும் இரகசியமாகச் சந்தேகிக்கப்பட்டது. இஸ்லாத்தின் அடிப்படை நம்பிக்கை, முஹம்மதின் தெய்வீகத்தன்மையில் இல்லை. அந்தச் சிறப்பு இஸ்லாத்தின் கண்டிப்பான ஏகத்துவத்திலிருந்து பிறக்கிறது. முஹம்மதின் மரணத்திற்குப் பிறகு அவருடைய சீடர்கள் அந்த முக்கியமான பிரச்சினையில் பிளவுபட்டனர். சிரியாவைக் கைப்பற்றுவதற்காகப் புறப்பட்ட இராணுவத்தின் முகாமை, முஹம்மதின் மரணச் செய்தி அடைந்தபோது, முஹம்மது இறக்கக்கூடும் என்பதை, இறைபக்திமிக்க உமர் நம்ப மறுத்தார். அத்துடன் அந்தச் செய்தியைக் கொண்டுவந்தவர் ஓர் இறைமறுப்பாளர் என்று சந்தேகித்து, அவருடைய தலையைத் தாக்கப் போவதாக எச்சரித்தார். அவ்வாறான நிலையில் கண்ணியத் துக்குரிய அபூபக்கர் பின்வரும் வார்த்தைகளால் உமரை எச்சரித்தார்:

நீங்கள் வணங்குவது முஹம்மதையா அல்லது முஹம்மதின் இறைவனையா? முஹம்மதின் இறைவன் என்றென்றைக்கும் வாழ்கிறார். ஆனால் அனுப்பப்பட்டவர் (*அபாசெல்/*

அப்போஸ்தலன்) நம்மைப் போன்ற ஒரு மனிதராக இருந்தார். அவருடைய சொந்த கணிப்பின் பிரகாரம், அவர் மரணத்தின் பொதுவான விதியை அனுபவித்திருக்கிறார்.

முஹம்மதின் உடனடி வாரிசாக வந்தவர், அவர் மரணித்த தருணத்தில், அவரை இறைத்தூதர் (ப்ராஃபெட்) என அழைப்பதற்குப் பதிலாக, அனுப்பப்பட்டவர் என்று அழைத்தார் என்பதைக் கவனத்தில் கொள்ள வேண்டும். முஹம்மதைப் பின்பற்றியவர்கள் அவரைக் குறைந்த இலட்சியத்தன்மை கொண்ட பெயரான அனுப்பப்பட்டவர் என்ற பெயருடன் மற்ற மத போதகர்கள், சட்டம்-வழங்குபவர்கள் (லா-கிவர்ஸ்) போன்றோரின் மட்டத்திலேயே அவரை வைத்தார்கள். இறைத்தூதரின் தெய்வீகத் தன்மையை மறுத்ததானது, இஸ்லாத்தை ஏகத்துவத்தின் ஒரு தூய்மையான சித்தாந்தமாக ஆக்கியது. ஒருவர் இறைத்தூதராக ஆக்கப்பட்டவுடன், நீண்டகாலம் செல்வதற்கு முன்னரே, அவர் அதியுயர் இருப்புக்கு மட்டுமே உரிய பண்புகளைச் சுவீகரித்துக்கொள்கிறார். இதன் பிறகு இறைவனின் ஒற்றை நிலையையோ, அடிப்படை மெய்மையின் (ஃபஸ்ட் பிரின்சிபிள்) முழுமையையோ தர்க்கரீதியாகப் பேண முடியாது. சந்தேகத்திற் கிடமான இறையியல் சாதனங்கள், முரண்பாட்டைச் சரிசெய்ய முயல்கின்றன. இறையியலின் வறட்டுப் பிடிவாதத்தில் அல்லது மாயமான சுய-ஏமாற்றுதலில், நம்பிக்கையின் உண்மை யான எளிமை இழக்கப்படுகிறது. இஸ்லாத்திற்குரிய தீவிரமான இறையியல் இல்லாதிருந்தால், அவ்வளவு நம்பிக்கையான முறையில் இஸ்லாம் தன்னுடைய வரலாற்றுப் பாத்திரத்தை உரிமை கோரியிருக்க முடியாது. இறைத்தூதர் தெய்வீகத் தன்மையை இழக்கும்போது, அல்லது அதற்காக அவர் கூறுகின்ற விளக்கம் ஏற்றுக்கொள்ளப்படாத போது, வேதமானது முழுமை யானதும் நிறைவானதுமான அதிகாரத்தைக் கோர முடியாது. இதன் விளைவாக, நம்பிக்கை யாளர்களின் மனதில் ஒரு சுதந்திரம் ஏற்படுகின்றது. ஒரு மனிதனின் போதனைக்கு, நித்திய உண்மையின் மகிமை இருக்க முடியாது, வேதவிதிகள் மாறா நிலையைக் கோர முடியாது.

பன்னிரண்டாம் நூற்றாண்டுவரை, இஸ்லாம் ஒரே மாதிரியான கோட்பாடுகளைக் கொண்டிருக்கவில்லை. நடைமுறையில்,

ஒரு முஸ்லிம் ஒரே இறைவன் மீதான நம்பிக்கைக்கு உட்பட்டு, தனது ஆன்மிக வாழ்வில் வரம்பற்ற சுதந்திரத்தைக் கொண்டிருந்தார். அரேபியச் சிந்தனையாளர்கள் புதிய மதத்தின் நெகிழ்வுத் தன்மையைச் சுதந்திரமாகவும் முழுமையாகவும் பயன்படுத்திக் கொண்டார்கள் என்பதை வரலாறு காட்டுகிறது. திரித்துவம் (ட்ரினிடி) பற்றிய கிறிஸ்தவக் கோட்பாடுகள், முழுமுதல் கடவுள் என்ற உன்னதமான கருத்தைக் கொச்சைப்படுத்துவதாக முஸ்லிம் இறையியலாளர்கள் கருதினார்கள். இதனால் அவர்கள் இந்தக் கோட்பாடுகளை மறுதலித்து, மனித மனத்தால் அதுவரை கற்பனை செய்யப்படாத, மிகவும் அருவமான வடிவத்திற்கு, மதத்தின் அடிப்படைக் கருத்தை வளர்த்தெடுத்தனர் (வைத் ரெனான், *அவெரொஸசும் அவெரொயிசமும்*, ப. 76).

முஹம்மதின் ஏகத்துவம் மிகவும் முழுமையானதாகவும் ஒப்பீட்டளவில் புராணக் கலப்படங்களிலிருந்து விடுபட்ட தாகவும் இருந்தது (எஃப். ஏ. லாங்கே. *பொருள்முதல்வாதத்தின் வரலாறு* தொகுதி 1, ப. 184).

இதனால், இறையியல் ஆய்வியலின் அந்த இணையற்ற சாதனையை அவர்களால் செய்ய முடிந்தது. இஸ்லாத்தை நிறுவியவரால் கச்சிதமாக வகுக்கப்பட்ட மதத்தின் அடிப்படைக் கொள்கைகள், பெரும் வளர்ச்சிக்கான சாத்தியக் கூறுகளால் கருவுற்று இருந்தன என்பதற்கும் இதே ஆசிரியர் சான்று பகர்கிறார். இந்தக் கொள்கை களின் இறுக்கமான ஏகத்துவத் தன்மையின் காரணமாக, இந்த வளர்ச்சி தவிர்க்க இயலாதபடி, மதச் சிந்தனையின் குறுகிய எல்லைகளைக் கடந்து, நம்பிக்கை என்ற யுகத்தை மூடிய ஓர் ஆன்மிக மலர்ச்சியாக உயர்ந்தது.

அரேபியர்கள் கிரேக்க தத்துவத்துடன் தொடர்புகொள்வதற்கு முன்பே, இஸ்லாம் எண்ணற்ற பிரிவுகளையும் இறையியல் பள்ளிகளையும் உருவாக்கியது. அவற்றில் பல, தம்மால் புரிந்துகொள்ளக் கூடியவற்றையும் நிரூபிக்கக் கூடியவற்றையும் தவிர வேறு எவற்றையும் நம்பாதிருந்த வேளையில், சில பள்ளிகள், வேறு எந்தத் தத்துவ ஊகமும் முன்செல்ல முடிந்திராத அளவுக்கு, இறைவனைப் பற்றி மிகவும் அருவமான கருத்தைக் கொண்டிருந்தன... அப்பாசியர்களின் பாதுகாப்பின் கீழ், பஸ்ராவிலிருந்த ஓர் உயர்நிலைப்

> பள்ளியில், மதத்தையும் நம்பிக்கையையும் சமரசம் செய்ய முயன்ற பகுத்தறிவாளர்களின் ஒரு பள்ளி உருவாகியது *(மேலது, ப. 177).*

இஸ்லாமிய வரலாற்றின் முதல் ஐந்து அல்லது ஆறு நூற்றாண்டு களில், புனிதமான ஆன்மாக்களைவிட, புனிதமான உடல்களுடன் அதிக ஈடுபாடு கொண்ட அறிஞர்கள் உருவானார்கள். அவர்கள் குர்ஆனை அமைதியாக ஓதுக்கிவைத்துவிட்டு, மதத்திற்குப் புறம்பான நூல்களைப் படிப்பதற்கு அதிக ஆன்மிக மதிப்பை வழங்கினார்கள். ஆனால் அவர்களைவிட, புரட்சிகரச் சிந்தனை யாளர்களும் உருவானார்கள். இவர்கள் பகுத்தறிவு பலிபீடத்தில், தமது நம்பிக்கைகளை இரக்கமின்றி, தியாகம் செய்தார்கள். பதினோராம் நூற்றாண்டுவரை, பாக்தாத், கெய்ரோ அல்லது கோர்டோவாவில் ஆட்சிபுரிந்த ஒரு சில 'நம்பிக்கையாளர்களின் தளபதிகள்', அருளப்பட்ட ஞானத்தைவிட நேர்நிலை அறிவுக்கு அதிக மதிப்பைக் கொடுத்தார்கள்.

சுதந்திர புகாரா பேரரசு, மதகுருமார்களைவிடக் கவிஞர் களையும் தெய்வீக வைத்தியர்களைவிட, மருத்துவ வைத்தியர் களையும், நம்பிக்கையைப் பரப்புவதற்குப் பதிலாக, அறிவியல் ஆராய்ச்சியையும் ஊக்குவித்தது.

இந்த அறிவார்ந்த வளர்ச்சிப் பாதை இஸ்லாத்தின் வெற்றியால் உருவாக்கப்பட்ட சமூக-அரசியல் நிலைமைகளால் மட்டுமன்றி, முஹம்மதின் மதத்தின் மையக் கோட்பாட்டிலிருந்தும் உருவானது என்பதை நாம் நினைவில்கொள்ள வேண்டும். இவ்வாறு நினைவில்கொள்ளும்போது, குர்ஆனின் தனித்துவங்களோ இஸ்லாமிய நம்பிக்கையின் தொன்மைத் தன்மையோ இஸ்லாத்தின் வரலாற்றுப் பாத்திரத்தைக் குறைத்து மதிப்பிட நம்மை அனுமதிக்கக் கூடாது.

6

இஸ்லாமியத் தத்துவம்

அரேபிய அறிவியல் காலம் சுமார் ஐந்நூறு ஆண்டுகள் நீடித்ததோடு, அது ஐரோப்பிய வரலாற்றின் இருண்டகாலத்தில் நிகழ்ந்தது. அதே காலகட்டத்தில், பௌத்த மதத்தைச் சீர்குலைப்பதில் அல்லது சிதைப்பதில் வெற்றி பெற்றிருந்த பிராமணிய பிற்போக்குத்தனத்தின் கீழ் இந்தியாவும் மண்டியிட்டுக் கிடந்தது. இவ்வாறு பௌத்த புரட்சியைத் தோற்கடித்த பெருமைக்குரிய வெற்றியின் காரணமாகவே, இந்தியா அவ்வளவு சுலபமாக முஸ்லிம் படையெடுப்பாளர்களுக்கு இரையாகியது.

அப்பாசியர்கள், ஃபதேமியர்கள், ஓம்மியடே ஆகிய ஆட்சியாளர்களின் அறிவொளி நிறைந்த ஆட்சியின் கீழ், ஆசியா, வட ஆப்பிரிக்கா மற்றும் ஸ்பெயினில் கற்றலும் பண்பாடும் செழித்தோங்கின. சமர்கந்த், புகாராவிலிருந்து ஃபெஸ், கோர்டோவா வரை, ஏராளமான அறிஞர்கள் வானியல், கணிதம், இயற்பியல், வேதியியல், மருத்துவம், இசை ஆகியவற்றைக் கற்று, கற்பித்தார்கள். கிறிஸ்தவத் திருச்சபையின் சகிப்பின்மை, மூடநம்பிக்கை என்பவற்றின் கீழ், கிரேக்கத் தத்துவமும் கல்வியின் விலை மதிப்பற்ற பொக்கிஷமும் புதைந்துபோயிருந்தன. அரேபியர்கள் மட்டும் இல்லாதிருந்தால், அவை மீளமுடியாதபடி தொலைந்து போயிருக்கும். அத்தகைய விபத்தின் மோசமான விளைவை நாம் எளிதில் கற்பனை செய்து பார்க்க முடியும்.

கிறிஸ்தவர்களின் வீணான பக்தியும் போலித்தனமான பரிசுத்தமும் பழங்கால அறிவியலை, மதவிரோதமாக்குமாறு அவர்களைத் தூண்டின. அறியாமை என்ற தற்பெருமையின் விளைவாக, மத்தியகால இருளில் ஐரோப்பிய மக்கள் மூழ்கியிருந்தார்கள்.

அந்த இருள் அடித்தளமற்றதாகவும் முடிவற்றதாகவும் அச்சுறுத்தியது. பண்டைய கிரேக்க அறிஞர்களினால் ஏற்றப்பட்ட தெய்வீக ஞான ஒளி அரேபியர்களால் புத்துயிர்க்கப்பட்டது. ஐரோப்பிய மக்களின் அறியாமை, மூடநம்பிக்கை, தப்பெண்ணம், சகிப்பின்மை என்ற சோர்வான இருளை, இந்த மகிழ்ச்சியான புத்துயிர்ப்பு என்றைக்குமாகக் கலைத்தது, அது அவர்கள் மேல் பௌதிக செழிப்பு, அறிவார்ந்த முன்னேற்றம், ஆன்மிக விடுதலைக்கான வழி என்பவற்றைப் பொழிந்தது. அரேபியத் தத்துவவாதிகள், விஞ்ஞானிகள் ஆகியோரின் மூலமாகவே, கிரேக்க அறிவியலின் செழுமையான பரம்பரை நவீன பகுத்தறிவுவாதத்தின் தந்தையரைச் சென்றடைந்தது. அறிவியல் ஆராய்ச்சியின் முன்னோடியான ரோஜர் பேக்கன் அரேபியர்களின் சீடராக இருந்தார்.

> இப்போது நாம் வழங்குவதற்குப் பழகியுள்ள சொற்களின் முக்கியத்துவத்தைக் கவனத்தில் கொள்கையில், அரேபியர்கள் தாம் இயற்பியல் விஞ்ஞானத்தின் முறையான நிறுவனர்களாகக் கருதப்பட வேண்டியவர்களாக இருக்கிறார்கள் (*காஸ்மாஸ்*, தொகுதி 2).

பரிசோதனையும் அளவீடும்தான் மாபெரும் கருவிகள். இவற்றின் உதவியோடு முன்னேற்றத்திற்கான பாதையை அமைத்தவாறு, கிரேக்கர்களின் அறிவியல் சாதனைகளுக்கும் நவீன காலத்தின் அறிவியல் சாதனைகளுக்கும் இடையிலான இணைத் தொடர்பைக் கொண்ட நிலைக்கு அரேபியர்கள் தங்களை உயர்த்திக் கொண்டார்கள்.

அல்கண்டி, அல்ஹசன், அல்ஃபராபி, அவிசினா, அல்கஸ்ஸாலி, அபூபக்கர், அவெம்பஸ், அல்ஃபெரட்ராஜியஸ். (ஐரோப்பிய மொழிகளில் எழுதப்பட்ட வரலாற்றுப் படைப்புகளில் அரேபியர் களின் பெயர்கள் மிகவும் சுருங்கிவிட்டன) மனிதப் பண்பாட்டு வரலாற்றில் இவை மறக்க முடியாத பெயர்கள். மேலும் மாபெரும் அவரோஸின் புகழ் அழியாததாக்கப்பட்டுள்ளது. ஏனெனில் அவர்தான், நவீன நாகரிகத்தின் முன்னோடிகளை, அரிஸ்டாட்டலின் மேதைமையுடன் அறிமுகமாக்கியிருந்தார். அதன் மூலமாக, ஐரோப்பிய மக்களைச் செயலற்ற நிலைக்கு ஆளாக்கியிருந்த இறையியல் வெறி, மலட்டுத்தனமான புலமைவாதம் ஆகிய தாக்கங்களிலிருந்து அவர்கள் தம்மை விடுவிப்பதற்கான

போராட்டத்திற்கு ஒரு விலைமதிப்பற்ற உத்வேகத்தை அளித்தார். பன்னிரண்டாம் நூற்றாண்டின் முதல் பாதியில், அந்தலூசிய சுல்தானின் அறிவொளி நிறைந்த ஆதரவின் கீழ் மலர்ந்த இந்த மாபெரும் அரேபியப் பகுத்தறிவாளரின் சகாப்தம் உருவாக்கிய பாத்திரம் குறித்து, புகழ்பெற்ற ரோஜர் பேக்கன் அற்புதமாகக் குறிப்பிட்டார்:

> இயற்கை அரிஸ்டாட்டிலால் விளக்கப்பட்டது. அரிஸ்டாட்டில் அவரோஸால் விளக்கப்பட்டார்.

பதின்மூன்றாம், பதினான்காம் நூற்றாண்டுகளில், கிறிஸ்தவத் திருச்சபையின் அதிகாரத்திற்கும் இறையியலின் மேலாதிக்கத் திற்கும் எதிரான ஆன்மிகக் கிளர்ச்சியின் தன்மை உயர்த்தப் பட்டது. பண்டைய கிரேக்கத்தின் மாபெரும் விஞ்ஞானப் போதனைகளில் இருந்து, பகுத்தறிவுக் கிளர்ச்சியாளர்கள் உத்வேகம் பெற்றார்கள். அவர்கள் அரேபிய அறிஞர்களிடமிருந்து குறிப்பாக அவெரோஸிட மிருந்து கற்றார்கள்.

ஆறாம் நூற்றாண்டின் தொடக்கத்தில், பக்தி நிறைந்த ஜஸ்டியனின் மதவெறி இறுதியாக, மதத்திற்குப் புறம்பான பிற அறிவியலின் எச்சங்களைத் துடைத்தெறிந்து, கிறிஸ்தவ மூட நம்பிக்கையின் புனித உலகத்தைச் சுத்தப்படுத்தியது. கடைசிக் கிரேக்க அறிஞர்கள் பண்டைய அறிவியல் நிலையங்களைவிட்டு வெளியேற வேண்டிய கட்டாயத்திற்காளானார்கள். அவர்கள் ரோமப் பேரரசிலிருந்து புலம்பெயர்ந்து, பாரசீகத்தில் தஞ்சம் புகுந்தனர்; ஆனால் அங்கும் மதகுருமார்களின் சகிப்பின்மை, மதத்திற்குப் புறம்பான அறிவியல் மீதான எதிர்ப்பாக மாறியது.

இறுதியில், கைவிடப்பட்ட ஏதெனிய பண்பாட்டின் அறிவியல், பாக்தாத்தின் அப்பாஸிய கலீஃபாக்களின் அரசவையில் வரவேற்கப் பட்டது. அவர்கள் அந்த வெளிநாட்டு இறைமறுப்பாளர்களின் ஞானத்தால் மிகவும் கவரப்பட்டார்கள்; குர்ஆனோ வாளோ அவர்களுக்குக் கொடுக்கப்படவில்லை. மாறாக, நம்பிக்கைகளைக் கேலி செய்தவர்களாகவும், எல்லா மதங்களையும் பார்த்துப் பரிவோடு புன்முறுவல் பூத்தவர்களாகவும் இருந்த, பண்டைய அறிவியலின் எஞ்சியிருந்த ஆதரவாளர்கள் அனைவரும் நம்பிக்கையாளர்களின் தளபதியால் வரவேற்கப்பட்டார்கள்.

நாடுகடத்தப்பட்ட கிரேக்க அறிஞர்களை, கலீஃபாக்கள் தங்களுடைய பாதுகாப்பின் கீழ் கொண்டுவந்தார்கள். அது மட்டுமல்லாமல், பெறக்கூடியதாகவிருந்த பண்டைய கிரேக்க அறிஞர்களின் அனைத்துப் படைப்புகளையும் சேகரிப்பதற்கான அறிவுறுத்தல்களுடனும் வழிமுறைகளுடனும் ரோமப் பேரரசின் பல்வேறு பகுதிகளுக்கும் திறமையானவர்களை அவர்கள் அனுப்பினார்கள். அரிஸ்டாட்டில், ஹிப்பார்ச்சஸ், ஹிப்போ கிரேட்ஸ், கேலன் மற்றும் பிற அறிஞர்களின் விலைமதிப்பற்ற படைப்புகள் அரபியில் மொழிபெயர்க்கப்பட்டன. முஸ்லிம் உலகம் முழுவதிலும் மதத்திற்குப் புறம்பான போதனைகளைப் பரப்புவதற்குக் கலீஃபாக்கள் ஊக்கமளித்தனர். அரசு செலவில் நிறுவப்பட்ட பாடசாலைகள், சமூகத்தின் அனைத்து வர்க்கங் களையும் சேர்ந்த மாணவர்களுக்கு—'பிரபுவின் மகன் முதல் கைவினைஞரின் மகன்வரை'—விஞ்ஞான அறிவைப் பரப்பின. வறிய மாணவர்கள் கல்வியை இலவசமாகப் பெற்றனர். ஆசிரியர்கள் தங்கள் சேவைகளுக்காகக் கணிசமான ஊதியம் பெற்றனர். ஆசிரியப் பணி மிகவும் உயர்ந்த மதிப்பிற்குரியதாக விளங்கியது. கற்றறிந்த மனிதர்களைப் பற்றிக் கலீஃபா அல் மாமூன் கூறிய பின்வரும் கருத்துகளை, அரபு வரலாற்றாசிரியரான அபுல் ஃபராஜிஸ் பதிவு செய்கிறார்:

> அவர்கள் இறைவனால் தேர்ந்தெடுக்கப்பட்டவர்கள், இறைவனின் சிறந்த, மிகவும் பயனுள்ள ஊழியர்கள். அவர்களின் வாழ்க்கை, தங்களுடைய பகுத்தறிவுத் திறன்களை மேம்படுத்துவதற்காக அர்ப்பணிக்கப்பட்டுள்ளது. அறிவைப் போதிப்பவர்கள்தாம் உண்மையான மேதைகள், அவர்கள்தாம் உலகத்தின் அரசியல் பிரதிநிதிகள். அவர்களின் உதவியில்லா விட்டால், உலகம் மீண்டும் அறியாமைக்குள்ளும் காட்டு மிராண்டித்தனத்திற்குள்ளும் மூழ்கிவிடும்.

முஹம்மதுக்குப் பின்வந்த ஆட்சியாளர்களின் பண்புகளை அறிகின்றபோது, இஸ்லாத்தின் மதவெறி குறித்தும் அதன் தீவிரவாதம் பற்றியும் தற்போது சொல்லப்படுகின்ற கருத்து, அதன் நம்பகத்தன்மையை இழந்துவிடுகின்றது. அவர்கள் கற்றறிந்த மனிதர்களை மிகவும் உயர்வாகப் பாராட்டினார்கள். அவர்கள் பெரும்பாலும் சமய ரீதியாக எவ்வித ஆர்வமும் அற்றவர்களாக

இருந்தார்கள். அவர்களில் ஒரு சிலர், வெளிப்படையாகப் பிற மதங்களுக்கு எதிரான கண்ணோட்டங்களைக் கொண்டிருக்கவுமில்லை; உண்மையின் ஒரே அளவீடாக, மனிதனின் பகுத்தறிவை வலியுறுத்தியதே அவர்களுடைய போதனைகளின் பொதுவான சாரமாக இருந்தது. கலீஃபா அல் மாமூன் செய்ததைப் போன்று, 'பகுத்தறிவுத் துறைகளின் முன்னேற்றத்தை' ஊக்குவித்த மத அமைப்பின் தலைவர்கள் பற்றிய பல உதாரணங்களை, விமர்சன பூர்வ மாணவர்களுக்கு வரலாறு வழங்கவில்லை. ஏனெனில் பகுத்தறிவுத் துறையின் வளர்ச்சியானது, மதத்துடன் முற்றிலும் முரண்பட்டது. இருந்தும், விஞ்ஞான அறிவைப் பரப்புவதை ஊக்குவித்தது மட்டுமன்றி, தாமும் அதில் பங்கேற்ற அப்பாசிய கலீஃபாக்களில் புகழ்பெற்ற ஒருவராக அல்மாமூன் திகழ்ந்தார். அறிவொளி பெற்ற அப்பாசியர்களும் இதற்கு விதிவிலக்கல்ல.

ஆப்பிரிக்காவின் ஃபதேமைட்டுகளும் ஸ்பெயினின் ஓம்மினடேசும் அரசியல் அதிகாரம், பொருளியல் செழிப்பு, அறிவை ஆதரித்தல், அதைப் பரப்புதல் என்பவற்றில் அரேபியர்களுக்குப் போட்டியாக இருந்தனர். கெய்ரோவின் நூலகம் ஒரு இலட்சத் திற்கும் மேற்பட்ட தொகுதிகளைக் கொண்டிருந்தது; அதேசமயம், கோர்டோவா அதைவிட ஆறு மடங்கு அதிகமாகக் கொண்டிருந்தது.

இந்த உண்மை இஸ்லாமிய எழுச்சியைக் காட்டுமிராண்டித் தனமான மதவெறியின் வெடிப்பு என்று சித்தரிக்கின்ற இன்னொரு அவதூற்றுக்கு, அதாவது அலெக்சாந்திரியாவின் புகழ்பெற்ற நூலகம் அழிக்கப்பட்ட கதையைப் பொய்யாக்குகிறது. அத்தகைய உன்னதமான கல்வி நிலையங்களை நிறுவுவதிலும் அவற்றை ஆதரிப்பதிலும் மகிழ்ச்சிடைந்தவர்கள்தாம், அலெக்சாந்திரியாவின் நூலகத்திற்கு இரக்கமின்றித் தீ வைத்திருப்பார்கள் என்றும் மனிதகுலத்தின் மிகவும் விலைமதிப்பற்ற பரம்பரைச் சொத்தைக் காப்பாற்றியதற்காக நன்றியைக் கோரியவர்கள்தான், அந்தப் பொக்கிஷத்தின் அழிவுக்குப் பங்களித்திருக்கலாம் என்றும் நம்புவதற்கு ஒரு பக்தியுள்ள மனம் அல்லது அப்பாவித்தனம் இருக்க வேண்டும்; பாரபட்சமற்றதும் விஞ்ஞான ரீதியானதுமான வரலாற்று ஆய்வு, இத்தகைய கட்டுக்கதைகளையும் தீய கதைகளையும் பற்றிக் கேள்வி எழுப்புகின்றபோதுதான், இஸ்லாத்தின்

எழுச்சி என்பது, மனித குலத்திற்கான ஒரு சாபக்கேடாக இல்லாமல், ஒரு ஆசீர்வாதமாக உயர்ந்து நிற்கிறது.

பதினோராம், பன்னிரண்டாம் நூற்றாண்டுகளில் எழுதப்பட்ட நூல்கள், அலெக்சாந்திரியாவின் நூலகம் எரிக்கப்பட்ட அதிர்ச்சி யூட்டும் விடயத்தைக் கோபத்துடன் விவரிக்கின்றன. எனினும் தங்களுடைய நாட்டை அரேபியர்கள் கைப்பற்றியவுடனேயே எழுதிய எகிப்திய கிறிஸ்தவர்களான யூஸ்டியஸ், எல்மாசின் ஆகிய இருவரும் காட்டுமிராண்டித்தனமான இந்தச் செயலைப் பற்றிக் குறிப்பிடத்தக்க வகையில் மௌனம் சாதிக்கிறார்கள். அலெக்சாந்திரியாவின் பிதாமகரான முன்னையவர், கிறிஸ்தவ எதிரிகளிடம் பாரபட்சம் காட்டியதாகச் சந்தேகிக்க முடியாது. கலீஃபா உமரின் ஓர் உத்தரவு, அவருடைய தளபதியின் காட்டு மிராண்டித்தனமான செயலுக்குச் சான்றாக வழக்கமாக மேற்கோள் காட்டப்பட்டு வந்திருக்கிறது. தங்களுடைய ஆக்கங்களை மறைப்பதற்கான முடிவற்ற சாத்தியங்களைக் கிறிஸ்தவப் போதகர்கள் கொண்டிருந்தார்கள். அவர்களால் இயற்றப்பட்ட எந்தவொரு வரலாற்றுப் படைப்பையும் அழிப்பதைவிட, தளபதிக்கு வழங்கப்பட்ட அந்த உத்தரவைப் பதிவு செய்யாமல் விட்டிருப்பது மிகச் சுலபமாக இருந்திருக்கும். இந்த விடயத்துடன் தொடர்புடைய அனைத்து சான்றுகளையும் கவனமாக ஆராய்ந்த கிப்பன் பின்வரும் முடிவுக்கு வருகிறார்:

> உமரின் கடுமையான வாக்கியம், இஸ்லாமிய நீதிமான்களின் உறுதியான, வைதீக கட்டளைக்கு முரணானது; போரின்போது பெறப்பட்ட யூத, கிறிஸ்தவர்களுடைய சமய நூல்கள் ஒருபோதும் தீயிடப்படக்கூடாது என்றும் சமய விரோத விஞ்ஞானிகள், வரலாற்றாசிரியர்கள், கவிஞர்கள், மருத்துவர்கள் அல்லது தத்துவவாதிகளின் படைப்புகள் நம்பிக்கையாளர் களின் பாவனைக்குச் சட்டபூர்வமாகப் பயன்படுத்தப்படலாம் என்றும் அவர்கள் வெளிப்படையாக அறிவிக்கிறார்கள் *(ரோமானியப் பேரரசின் எழுச்சியும் வீழ்ச்சியும்)*.

பாரபட்சமற்ற விமர்சனங்களுடன் வரலாறு எழுதப்படத் தொடங்கியதிலிருந்து, அலெக்சாந்திரியாவின் நூலகம் அழிக்கப்பட்ட கதை மதிப்பிழந்து போயுள்ளது, அல்லது பெரும் சந்தேகத்திற்கு உட்பட்டுள்ளது. எது எவ்வாறிருப்பினும், அரபுப் படையெடுப்பின்

போது, அலெக்சாந்திரியாவின் நூலகம் கிரேக்க அறிவியலின் மதிப்புமிக்கப் பனுவல்களின் களஞ்சியமாக இல்லாமல் போயிருந்தது. அதற்கு வெகு காலத்திற்கு முன்பே, விஞ்ஞான அறிவு, தத்துவஞானம் என்பவற்றின் இடத்தில் கிறிஸ்தவ மதவெறியை அலெக்சாந்திரியா இருத்தியிருந்தது. அதற்கேற்ப நூலகத்தின் உள்ளடக்கங்களின் தன்மையும் மாறியிருக்க வேண்டும். கிறிஸ்தவச் சகிப்பின்மையின் காரணமாகப் பிற மத அறிஞர்கள், தாம் எல்லாவற்றையும்விட அதிகமாக மதித்த பொக்கிஷங்களைத் தம்முடைய பண்டைய அறிவியல் நிலையங்களிலிருந்து எடுத்துச் சென்றிருக்க வேண்டும். உமரின் ஆணைப்படி உண்மையில் தீ வைக்கப்பட்டிருந்தால், அது மனித குலத்திற்கு நன்மையைவிட அதிகத் தீமையை ஏற்படுத்திய, இறையியல் சர்ச்சையின் பெரும் நூல்களைத்தான் எரித்தது. வீணானதும் பயனற்றதுமான இறையியல் விவாதங்களின் நூல்களை இஸ்லாத்தின் தீ எரித்திருக்கலாம்; ஆனால், அலெக்சாந்திரியா நூலகத்தின் பயனற்றதும் தீங்கு விளைவிப்பதுமான நூல்கள் தீப்பிழம்புகளுக்கு உட்படுத்தப்படுவதற்கு முன்னர், அங்கிருந்து எடுத்துச் செல்லப்பட்ட பண்டைய அறிவியலின் பெறுமதி மிக்க நூல்களை அரேபியர்கள் சேகரித்து, பாதுகாத்து, மேம் படுத்தினார்கள்.

தாலமிகளின் மகத்தான படைப்புகளைப் பைசாந்திய காட்டுமிராண்டித்தனம் அழித்துவிட்டது. புனித சிறிலின் செயற்பாடுதான், அலெக்சாந்திரிய அறிவியல் நிலையத்திற்கு உண்மையான அழிவை ஏற்படுத்தியது. அவர் ஹைபரியாவின் புகழ்பெற்ற கண்காட்சியில், கல்விக்கான பெண்தெய்வத்தை இழிவுபடுத்தினார். அது ஏற்கனவே ஐந்தாம் நூற்றாண்டின் தொடக்கத்தில் நிகழ்ந்தது. பிற மதத்தைச் சேர்ந்த ஓர் இளம் பெண் நடத்திய தத்துவச் சொற்பொழிவுகளையும் கணித உரைகளையும் அலெக்சாந்திரியாவின் மேட்டுக்குடிகள் ஆதரிக்கவேண்டும் என்பதை, அந்தக் கிறிஸ்தவத் துறவி சகித்துக்கொண்டிருக்க மாட்டார். அதேவேளை பேராயரின் பக்தி மிக்கதும் ஆனால் புரிந்துகொள்ள முடியாததுமான சொற்பொழிவுகளில் கலகக்காரர்கள் மட்டுமே கலந்துகொண்டார்கள். அறிவு ரீதியாக மற்றவர்களுக்கு இணையாக அவர் இல்லையென்றால், போட்டியை ஒரேயடியாக

ஒழித்துக்கட்டும் வல்லமை அவருக்கு இருந்தது. அவருடைய தூண்டுதலின் பேரில், மதவெறியால் கொழுந்து விட்டெரிந்து கொண்டிருந்த துறவிகளின் படையணியின் தலைமையில், கலகக்காரர்கள் அலெக்சாந்திரியாவின் அறிவியல் நிலையத்தைத் தாக்கினர். பதிவு செய்ய முடியாத அளவுக்கு வலிநிறைந்த குற்றங்களையும், நினைக்க முடியாத அளவுக்கு வெட்கக்கேடான செயல்களையும் அவர்கள் செய்தார்கள்.

இவ்வாறு, நமது சகாப்தத்தின் நானூற்றுப் பதினான்காம் ஆண்டில், உலகின் அறிவார்ந்த பெருநகரத்தில தத்துவத்தின் நிலை தீர்மானிக்கப்பட்டது; இனிமேல் அறிவியல், தெளி வின்மையிலும் கீழ்ப்படிதலிலும் மூழ்கியிருக்க வேண்டும். அதனுடைய வெகுமக்கள் இருப்பு இனியும் பொறுத்துக் கொள்ளப்பட மாட்டாது. உண்மையில் இந்தக் காலத்திலிருந்து சில நூற்றாண்டுகளுக்குள் அது முற்றிலுமாக மறைந்துவிட்டது எனலாம். கிரேக்கத் தத்துவத்தின் நேர்த்தியானதும் மென்மை யானதுமான எஃகை, மதவெறியின் ஈயச் செங்கோல் அடித்து நடுங்கச் செய்தது. சிறிலின் செயல் கேள்விக்கிடமின்றி நிறை வேற்றப்பட்டது. இனிமேல் ரோமானிய உலகம் முழுவதிலும் சிந்தனைச் சுதந்திரம் இருக்கக்கூடாது என்பது இப்போது உறுதி செய்யப்பட்டது... வெற்றிபெற்றவர்கள் அலெக்சாந்திரியாவில் தங்களுடைய அதிகாரத்தைப் பேணிவந்த காலம் முழுவதும் இத்தகைய கூற்றுகள் அவர்களின் நோக்கங்களுக்கு மிகச் சிறப்பாக விடையளித்திருக்கலாம்.

ஆனால் அரேபியர்கள் நகரத்தைக் கைப்பற்றிய பிறகு, அத்தகைய கூற்றுகள் வெளிப்படையாகவே பொருத்தமற்றதா கின்றன. அந்நிய படையெடுப்பாளர்களால் அடக்குமுறையும் பலாத்காரமும் முடிவுக்குக் கொண்டுவரப்படும்வரை, சோர்வும் களைப்பும் நிறைந்த அடுத்த இரண்டு நூற்றாண்டு களுக்கு நிலைமைகள் அவ்வாறே இருந்தன. அரேபிய வெற்றியாளர்கள் தங்களுடைய உண்மையான ஆயுதத்தை—வாளை—முன்னிறுத்தியதும், மனிதனுக்கு அப்பாற்பட்ட அறிவுக்குப் போலியான மதிப்பு அளிக்காமல் இருந்ததும் உலகத்திற்கு நல்லதாக அமைந்தது. இவ்வாறு, அவர்கள் இறையியல் முரண்பாடுகளில் தம்மை ஈடுபடுத்திக் கொள்ளாமல்,

> அறிவைத் தொடர்வதற்குச் சுதந்திரமாக விடப்பட்டனர், மேலும் பூமியிலுள்ள தேசங்களின் மத்தியில் எகிப்தை மீண்டும் ஒரு புகழ்பெற்ற தேசமாக மாற்ற அவர்களால் முடிந்தது— எகிப்தை மூழ்கடித்திருந்த கொடிய மதவெறி, அறியாமை, காட்டுமிராண்டித்தனம் என்பவற்றிலிருந்து அதை வெளியில் எடுக்க முடிந்தது (டிராப்பர், *ஐரோப்பாவின் அறிவியல் முன்னேற்ற வரலாறு,* தொகுதி. 1, ப. 325).

பண்டைய கிரேக்க அறிஞர்களின் படைப்புகள் அரேபியர்களால் மீட்கப்பட்டு, சேகரிக்கப்பட்டு, பாதுகாக்கப்பட்டது மட்டுமன்றி, அவை ஏராளமான அளவில் கருத்துரைக்கப்பட்டு, மேம்படுத்தப் பட்டன. பிளேட்டோ, அரிஸ்டாட்டில், யூக்ளிட், அப்பலோனியஸ், தாலமி, ஹிப்போகிரேட்ஸ், கேலன் ஆகியோரின் முழுப் படைப்புகளும், நவீன ஐரோப்பாவின் தந்தையருக்கு முதலில் அரபுப் பதிப்புகளில் மட்டுமே கிடைத்தன. நவீன ஐரோப்பா அரேபியர்களிடமிருந்து மருத்துவத்தையும் கணிதத்தையும் மட்டும் கற்கவில்லை. மனிதனின் பார்வையை விரிவுபடுத்தி, இயற்கையின் இயந்திரவியல் விதிகளை அவன்முன் வெளிப் படுத்துகின்ற வானியல் விஞ்ஞானம் அரேபியர்களால், மிகவும் கவனமாக வளர்க்கப்பட்டது. புதிய அவதானிப்புக் கருவிகளின் உதவியுடன், அரேபியத் தத்துவவாதிகள் பூமியின் சுற்றளவு, கோள்களின் நிலை, அவற்றின் எண்ணிக்கை பற்றிய துல்லியமான அறிவைப் பெற்றனர். அவர்களின் கைகளில், வானியல் அதன் தொன்மையான வடிவத்தை (வானியல் சோதிடம்) விஞ்சி வளரத் தொடங்கியது, ஏறக்குறைய எல்லாக் கீழைத்தேய நாடுகளிலும் மதகுருமார்களால் பயிரிடப்பட்டு, ஒரு துல்லியமான அறிவியலாக வளரத் தொடங்கியது.

அலெக்சாந்திரியாவின் டியோஃபன்டஸ் என்பவரால் இயற் கணிதம் (*அல்ஜீப்ரா*) கண்டுபிடிக்கப்பட்டிருந்தாலும், அரேபிய அறிவியல் காலம் வரும்வரை அது பொதுவான கற்கைக்குரிய விடய மாக மாறவில்லை. உண்மையில், இந்தக் கணிதத்தின் பெயர், அதன் அரேபியத் தோற்றத்தைக் கொண்ட கோட்பாட்டிற்குப் புகழை வழங்கியிருக்கிறது. ஆனால் அரேபியர்களோ, தாங்கள் கிரேக்க ஆசான்களுக்குக் கடன்பட்டிருப்பதை அடக்கமாக ஒப்புக் கொண்டனர். தாவரவியல் மருத்துவ நோக்கங்களுக்காகக் கற்கப்

பட்டது; ஆனால், டியோஸ்கோரைட்டுகளால் (*டயோஸ்கோரைட்ஸ்*) இரண்டாயிரம் வகையான தாவரங்கள் கண்டுபிடிக்கப்பட்டமை ஒரு புதிய அறிவியலின் பிறப்பைப் பிரதிபலித்தது. இரசவாதம் ஓர் இரகசியமாக இருந்தது. அது பண்டைய எகிப்திய மதகுருமார் களால் கவனமாகப் பாதுகாக்கப்பட்டது. அது பாபிலோனிலும் நடைமுறையில் இருந்தது. மிகவும் பிந்தைய காலத்தில், வேதியியலின் அடிப்படைகள் இந்திய மருத்துவர்களுக்கும் தெரிந்திருந்தன. ஆனால், வேதியியல் அறிவியலானது, அதன் தோற்றம், ஆரம்ப வளர்ச்சி என்பவற்றுக்கு அரேபியர்களின் தொழில்துறைக்குக் கடன்பட்டுள்ளது.

> முதன் முதலில் காய்ச்சி வடித்தல் நோக்கங்களுக்காக அவர்கள் வடிகலனைக் கண்டுபிடித்துப் பெயரிட்டனர்; அவர்கள் இயற்கையின் மூன்று மண்டலங்களின் கூறுகளைப் பகுப்பாய்வு செய்தனர்; காரங்கள், அமிலங்களின் வேறுபாடுகளையும் அவற்றின் பயன்களையும் கண்டறிய முயன்றார்கள்; மேலும் அவர்கள் மதிப்புமிக்க கனிமங்களை மென்மையான, பயனுள்ள மருந்தாக மாற்றினார்கள் (கிப்பன்).

அரேபியர்கள் மருத்துவ அறிவியலிலேயே மிகப் பெரும் முன்னேற்றம் அடைந்தனர். மசூவா, கெபர் ஆகியோர் கெலெனின் தகுதியான சீடர்களாக இருந்தனர், மாபெரும் குருவிடமிருந்து தாங்கள் கற்றவற்றுடன் இன்னும் பெருமளவைச் சேர்த்தார்கள். பத்தாம் நூற்றாண்டில், தொலைதூர பொகராவில் பிறந்த அவிசினா, மருத்துவ அறிவியலின் மறுக்கவியலா அதிகாரத்துக் குரியவராக ஐந்நூறு ஆண்டுகள் ஐரோப்பாவில் ஆட்சிபுரிந்தார். சலர்மேவின் பள்ளியானது, பதினாறாம் நூற்றாண்டுவரை, ஐரோப்பாவில் மருத்துவ அறிவியலின் மையமாக இருந்தது. அது தன்னுடைய தோற்றத்திற்கு அரேபியர்களுக்குக் கடன்பட்டிருந்த துடன், அவிசினாவின் பாடங்களையும் கற்பித்தது.

அவதானித்தல் மூலமாக அறிவைப் பெறுவதில் கொண்டிருந்த ஆர்வம், அரேபிய அறிஞர்களின் தனித்துவச் சிறப்பாகும். எளிமையான ஊகத்தின் மாயையை உதறித் தள்ளிவிட்டு அவர்கள் தமக்குத் தெரிந்த தளத்தில் உறுதியாக நின்றார்கள். அரேபிய அறிவியலின் இந்த மகத்தான திறமை, டொயென் அவெரொஸின் பின்வரும் கண்ணோட்டத்தில் தீர்க்கமாக நிரூபிக்கப்படுகிறது:

ஒவ்வொன்றையும் அது என்ன என்று ஆராய்வது, தத்துவவாதி களுக்குரிய தனித்துவமான மதம் ஆகும். ஏனெனில், இறைவனின் படைப்புகளை அறிவதைவிட வேறு உன்னதமான வணக்கத்தை இறைவனுக்கு வழங்க முடியாது. இந்த அறிவானது இறைவனை யும் அவனுடைய யதார்த்தத்தையும் அறிவதற்கு இட்டுச் செல்லுகிறது. இதுவே இறைவனுடைய பார்வையில் உன்னத மான செயல் ஆகும்; மதங்களிலெல்லாம் தூய்மையான மதத்தைப் பின்பற்றி, இந்த வணக்கத்தைக் கடைப்பிடிப்பவர் களின் முயற்சிகளைப் பிழையாகவும் வீண் அனுமானமாகவும் குற்றஞ்சாட்டுவது மிக மோசமானது.

மதத்திற்கு ஒவ்வாத இத்தகைய கருத்துகளைப் பரப்புவதை அனுமதித்த ஒரு மதம், புனிதமான சொற்றொடரில் உடை அணிந்திருந்தபோதிலும், சகிப்பின்மையிலும் மதவெறியிலும் தனது உருவாக்கத்தைக் கொண்டிருக்க முடியாது. நிச்சயமாக, இந்தப் பன்முகப் பார்வைக்காக மதகுருமார்களின்—ஆனால் முஸ்லிம் மதகுருமார்களைவிட அதிகமாகக் கிறிஸ்தவ மதகுருமார் களின்—கோபத்திற்கு அந்தத் தத்துவவாதி ஆளானார்.

ஒரு குறுகிய நாடுகடத்தலுக்குப் பிறகு, அவெரோஸ் அந்தலூசிய சுல்தானின் அரசவையில் மீண்டும் தமது பதவியில் அமர்த்தப்பட்டார், மேலும் அவரது நூல்கள் இஸ்லாமிய உலகில் தடையிலிருந்து தப்பின. எனினும் அவற்றின் லத்தீன் பதிப்பிலிருந்து மேலே உள்ளதும் அதையொத்த பத்திகளும் நீக்கப்பட்டன. ஆயினும் பன்னிரண்டு, பதின்மூன்று, பதினான்காம் நூற்றாண்டு களில், ஐரோப்பாவிலிருந்த மதவிரோத இயக்கங்கள், இந்த அரபுத் தத்துவஞானியின் மறைக்கப்பட்டிருந்த போதனைகளிலிருந்து உத்வேகம் பெற்றன; மேலும் இந்தமத விரோத இயக்கம்தான், மத்தியகாலம் முழுவதும் ஆன்மிகக் கீழ்ப்படிதலில் ஐரோப்பாவை வைத்திருந்த கத்தோலிக்கத் திருச்சபையின் அடித்தளத்தை உலுக்கியது. பன்னிரண்டாம் நூற்றாண்டிலிருந்து நவீன அறிவியலின் வெற்றிவரை, கிறிஸ்தவப் பரிசுத்தத்தின் திகிலூட்டும் பார்வையில் அவெரோயிசம் மதவிரோதத்திற்கு ஒத்ததாக இருந்தது. ஆனால் அது அப்படி இருந்ததில்லை. ஏனெனில் மேலே மேற்கோள் காட்டப்பட்ட பத்தியே, நேர்நிலையான அறிவைத் தேடி அது உறுதியாகப் புறப்பட்ட புள்ளியைச்

சுட்டிக்காட்டியது. இறையியல் கோட்பாடுகளின் அதிகாரத்தில் அறியாமையானது நம்பிக்கை எனப் பரிசுத்தமாக்கப்பட்டும், நல்லொழுக்கமென மகிமைப்படுத்தப்பட்டுமிருந்தது. அத்தகைய அறியாமையின் சிதைவுகளை, இறுதியில் அந்த நேர்நிலை அறிவுதான் அகற்றியது,

உண்மையான அறிவுக்குரிய உறுதியான வழிமுறையான, தொகுப்பாய்வு முறையின் (இண்டெக்டிவ் மெதட்) அடிப்படைக் கோட்பாட்டை, அந்தப் பகுதியில் அவெரோஸ் குறிப்பிட்டார். ஒரு படைப்பாளனைப் பற்றிய முன்கூட்டிய கருத்து ஒதுக்கி வைக்கப்படுகிறது. இயற்கை, அதாவது தெய்வீகப் பொருள் என்ற அவருடைய படைப்புகள் பற்றிய அனுபவ அறிவினூடாக இறைவனுடைய யதார்த்த நிலையில் அவர் அறிய வைக்கப்படு கிறார் (அவருடைய இருப்பின் மீதான குருட்டு நம்பிக்கை யிலிருந்து இது வேறுபட்டது). இயற்கையானது மேலும் மேலும் பின்சென்று இன்மைக்குள் மறைந்து போகிறது—இதுவே இறைவனுடைய இருப்பைப் பற்றி மெய்ப்பித்துக் காட்டக்கூடிய ஒரே யதார்த்தம்; இறைவனைப் பற்றிய அறிவிற்கான அந்த ஒற்றைத் தேடலை ஊக்குவித்த ஒரு மதம், உண்மையில் மதம் என்ற போர்வையின் கீழ், மனித சித்தாந்தத்தின் மாபெரும் முன்னேற்றத்தைப் பிரதிநிதித்துவப்படுத்தியது. அண்மைக்காலப் பெரும் மதங்களில் இஸ்லாம் மாபெரும் மதமாக இருந்தது; இதன் காரணமாக, அது அனைத்து மதங்களின் அடிப்படை யையும் தகர்த்தது. அதுதான் அதன் வரலாற்று முக்கியத்துவத்தின் சாராம்சமாகும்.

எகிப்தியர்கள், அசீரியர்கள், யூதர்கள், பாரசீகர்கள், கிரேக்கர்கள் ஆகியோரின் பழமையான நாகரிகங்கள் தோன்றி, மோதி, வீழ்ந்த வரலாற்றுப் பகுதிகளில்தான் இஸ்லாத்தின், அரேபிய அறிவியலின் மையம் அமைந்திருந்தது. அந்த முந்தைய நாகரிகங் களின் நேர்நிலையான விளைவு அரேபியப் பண்பாட்டை உருவாக்குவதில் பங்கேற்றது. முஹம்மதின் உன்னதமான ஏகத்துவம், அந்தப் பண்டைய மக்களின் மதத்தினுடைய அடிப்படைக் கொள்கைகளைத் தனக்குரியதாக ஆக்கிக்கொண்டது. எல்லா மதங்களுக்கும் பொதுவான தோற்றம் என்ற அற்புதமான கருத்தை முதன்முறையாகக் கற்பனை செய்தார்கள் என்ற

பெருமை அரேபிய தத்துவவாதிகளுக்குரியதாகிறது. எல்லா மதங்களும் வாழ்க்கையின், இயற்கையின் பெரும் புதிர்களைத் தீர்ப்பதற்கான மனித மனத்தின் பல முயற்சிகளே என்ற கண்ணோட்டத்தை அவர்கள் கொண்டிருந்தார்கள்—அது அந்தச் சகாப்தத்தைப் பொறுத்தவரை வியப்புக்குரிய பரந்த கண்ணோட்டம். —அதுமட்டுமல்ல, பகுத்தறிவுடன் அதிக அளவில் சமரசம் செய்து கொள்வதற்கு முயல்வது, சிறப்பானதும் உன்னதமானதும் அற்புதமானதும் ஆகும் என்ற தைரியமான கருத்தை முன்வைக்கும் அளவுக்கு அவர்கள் வெகுதூரம் சென்றார்கள். மதம் பற்றிய இந்தப் பகுத்தறிவுவாதப் பார்வை, அவெரோஸின் சிந்தனையில் மிக உயர்ந்த தெளிவை அடைந்தது.

இவ்வாறு, ஏதென்ஸ், அலெக்சாந்திரிய அறிஞர்களின் விலைமதிக்க முடியா மெய்யியல், அறிவியல் போதனைகளுடன் இணைத்து, நவீன நாகரிகத்தின் அடித்தளத்திற்கு அசலான ஒன்றை அரேபியர்கள் பங்களிப்புச் செய்தார்கள். அதுதான் ஐயுறவுவாதம் (*ஸ்கெப்டிசிசம்*)—அது அனைத்து நம்பிக்கைகளையும் கரைக்கக்கூடிய சக்தி வாய்ந்தது. நம்பிக்கைக்கு விமர்சனம் சவால் விட்டவுடனேயே, மனித முன்னேற்றம் என்ற கோணத்தில், ஒரு புதிய ஒளி உதயமாகிறது. *மூன்று ஏமாற்றுக்காரர்கள்* என்ற தலைப்பில் அநாமதேயமாக வெளியிடப்பட்ட ஆர்வத்திற்குரிய ஒரு நூல், ஐரோப்பாவின் ஐயுறவுவாதத்தின் ஆரம்ப வரலாற்றில் ஒரு முக்கிய இடத்தைப் பிடித்தது. அந்த அவதூறான படைப்பிற் குரிய பெருமை, மதவிரோத கிறிஸ்தவப் பேரரசர் ஃபிரடெரிக் பார்பரோசாவிற்கு அல்லது முஸ்லிம் தத்துவஞானி அவெரோஸிற்கு உரியதாகச் சொல்லப்பட்டது. மோசஸ், கிறிஸ்து, முஹம்மது ஆகியோரே ஏமாற்றுக்காரர்களாக இருந்தனர். சந்தேகத்திற் குரிய ஆசிரியர்களில் ஒருவர் கிறிஸ்தவர், மற்றவர் முஸ்லிம். நிச்சயமாக மதம் மோசமான நாள்களில் விழுந்திருந்தது.

பதின்மூன்றாம் நூற்றாண்டுக்கு முன்னரே ஐயுறவுவாதம் இருந்தது, ஆனால் உண்மையான அவநம்பிக்கை இல்லை. அந்தக் கோட்பாடும் சர்ச்சைக்குரியதாகவோ நிராகரிக்கப்பட்டதாகவோ இருந்தது; ஆனால் கிறிஸ்தவ நம்பிக்கையின் அடித்தளம் ஒருபோதும் தொடப்படவில்லை. எல்லா மதங்களும் ஒரு பொதுவான அடித்தளத்தைக் கொண்டிருக்கின்றன என்ற கருத்து

உருவானபோது, அந்த் அடித்தளம்தான் தாக்கப்பட்டது. எல்லா மதங்களும் அடிப்படையில் ஒரே மாதிரியாக இருந்தால், ஒன்றுக்கொன்று தனித்துவமான கோட்பாடுகளும் சித்தாந்தங் களும் இருக்க முடியாது. அவ்வாறு இருப்பின், மனிதகுலத்தின் ஆன்மிக ஒற்றுமையை உணர்வதற்கு அவை மோசமான தடைகள் என்று நிராகரிக்கப்பட வேண்டும். ஆனால் கோட்பாடுகளிலிருந்தும் சித்தாந்தங்களிலிருந்தும் விடுபட்டு நிற்பதற்கு மதத்திற்குக் கால்கள் இல்லை. அதன் பகுத்தறிவு அதன் அழிவுக்குச் சமம். அனைத்து மதங்களும் பொதுவான தோற்றத்தைக் கொண்டிருக் கின்றன என்ற புரட்சிகரக் கருத்து, அரேபிய சிந்தனையாளர்களால் முதல்முதலில் உருவாக்கப்பட்டது.

அரேபிய அறிவியல் அவெரோஸில் உச்சகட்டத்தை அடைந்தது. ஆயினும் ஒன்பதாம் நூற்றாண்டு முதல் பதின்மூன்றாம் நூற்றாண்டுவரை செழித்து வளர்ந்த மாபெரும் சிந்தனையாளர் களின், அறிஞர்களின் நீண்ட தொடர்ச்சியில் அவர் மிகச் சிறந்தவராகவும் அண்மைய காலத்திற்குரியவராகவும் இருந்தார். அவர்களில் மிகப் புகழ்பெற்றவர்களின் போதனைகளைச் சாரப்படுத்திய ஒரு சுருக்கமான குறிப்பு, அறிதலின் புரட்சிகரமான முக்கியத்துவம் பற்றிய சில கருத்துகளை வழங்கும். அந்த அறிதல்முறை, தனது உருவாக்கத்திற்கு முஹம்மதிய மதத்தின் அடிப்படைக் கொள்கைக்குக் கடன்பட்டிருப்பதோடு, 'இறைவனின் வாளின்' அற்புதமான சாதனைகளால் ஊக்குவிக்கப்பட்டது.

புதிய இஸ்லாமியத் தேசம், தனது ஆன்மிக ஒருமைப்பாட்டின் நிலம்சார் பிரதிபலிப்பாக ஒற்றுமையை நிலைநாட்டியது. அதன் விளைவாகப் பொருளாதாரச் செழிப்பை ஊக்குவித்தது. பிறகு மனத்தின் பண்பாட்டிற்குத் தன்னை அர்ப்பணித்துக்கொண்டது. ஒரு நூறு ஆண்டுகளாக, மற்றவர்களிடமிருந்து, குறிப்பாகப் பண்டைய கிரேக்கர்களிடமிருந்து அது அடக்கமாகக் கற்றுக் கொண்டது. இவ்வாறாக அது, கற்றலின் ஒவ்வொரு பிரிவிலும் சுதந்திரமானதும் அசலானதுமான சிந்தனையை உருவாக்கத் தொடங்கியது.

மாபெரும் அரேபியத் தத்துவவாதிகளில் மிகத் தொன்மை யானவர் அல்கந்தி. சுதந்திரமாகச் சிந்தித்த அப்பாசியர்களின்

தலைநகரில் அவர் செழித்து வளர்ந்தார். ஒன்பதாம் நூற்றாண்டின் தொடக்கத்தில் புகழின் உச்சிக்குத் தாவினார். கற்பித்தலைப் பொறுத்தவரை, தத்துவம் கணிதத்தை அடிப்படையாகக் கொண்டிருக்க வேண்டும்; அதாவது பயனற்ற ஊகமாக இருப்பதைத் தத்துவம் நிறுத்த வேண்டும்: துல்லியமான பகுத்தறிவால், அருவமான சிந்தனை வழிகாட்டப்பட வேண்டும், பகுத்தறிவானது ஸ்தூலமான உண்மைகளின் அடிப்படையிலும் நிறுவப்பட்ட விதிகளின் அடிப்படையிலும் அமைந்திருக்க வேண்டும்; இதுதான் நேர்நிலையான விளைவுகளை உருவாக்குவதற்கான முறைமை. நவீன தத்துவத்தின் ஒரு முன்னோடி என்ற வகையில் இந்தக் கோட்பாட்டின் ஆசிரியர், பிரான்சிஸ் பேக்கனையும் தெகார்த்தெவையும் எழுநூறு ஆண்டுகளாக எதிர்பார்த்திருந்த மாபெரும் சிறப்புக்குரியவராக இருக்கிறார். ஆயிரம் ஆண்டு களுக்கு முன்னர் அரேபிய அறிஞர்களால் கற்பிக்கப்பட்ட ஞானத்தால் இலாபமடையக்கூடிய பல 'தத்துவவாதிகளும்' அறிஞர்களும் இன்றுகூட இருக்கிறார்கள்.

அடுத்து குறிப்பிடப்பட வேண்டியவர் அல்-ஃபராபி. இவர் அடுத்த நூற்றாண்டில் வாழ்ந்தவர். டமஸ்கஸிலும் பாக்தாத்திலும் கற்பித்தார். அரிஸ்டாட்டில் பற்றிய இவருடைய குறிப்புரைகள், பல நூற்றாண்டுகளாக இந்த விடயத்தில் ஓர் அதிகாரபூர்வ படைப்பாக ஆய்வு செய்யப்பட்டது. அவர் மருத்துவ அறிவியலிலும் சிறந்து விளங்கினார். ரோஜர் பேக்கன் அவரிடமிருந்து கணிதத்தைக் கற்றுக்கொண்டார்.

பத்தாம் நூற்றாண்டின் பிற்பகுதியில் அவிசினா தோன்றினார். அவர் வளமான வணிகத்தில் ஈடுபட்டிருந்த புகாராவின் செல்வந்த நிலவுடைமைக் குடும்பத்தைச் சேர்ந்தவர். அவர் கணிதம், இயற்பியல் என்பவை பற்றி எழுதினார். ஆனால் மருத்துவ அறிவியலில் அவருடைய பங்களிப்பிற்காக அவர் வரலாற்றில் நினைவுகூரப்பட்டார்.

சலேர்மோவின் புகழ்பெற்ற மருத்துவப் பள்ளி அவருடைய நினைவின் சின்னமாக இருந்தது. மேலும் பதினாறாம் நூற்றாண்டு வரை, ஐரோப்பா முழுவதும் அவருடைய படைப்புகள், மருத்துவப் பாடப்புத்தகங்களாக இருந்தன. இந்த மாபெரும்

மருத்துவரின் தத்துவக் கருத்துகள் பெருமளவில் வழக்கத்திற்கு மாறாக இருந்தன. அவருடைய இறைநிந்தனைக் கருத்துக்களால் கோபமுற்ற இமாம்களின் அழுத்தத்தை, சுதந்திர சிந்தனை கொண்ட புகாராவின் ஆட்சியாளரால்கூடத் தடுக்க முடிய வில்லை. அவர் தன்னுடைய புரவலரின் அரசவையைவிட்டு வெளியேற வேண்டியேற்பட்டது. அவர் அரேபியப் பேரரசு முழுவதும் பயணம் செய்து வெவ்வேறு அறிவியல் நிலையங்களில் மருத்துவத்தைக் கற்பித்ததோடு, தன்னுடைய தத்துவத்தையும் போதித்தார்.

பதினோராம் நூற்றாண்டில் அல்-ஹசன் வாழ்ந்தார். அவர் எல்லாக் காலங்களிலும் வாழ்ந்த மிகச் சிறந்த விஞ்ஞானிகளின் மத்தியில் ஓர் இடத்தைப் பெறத் தகுதியானவர். அவருடைய சிறப்புப் பாடமாக ஒளியியல் இருந்தது. கிரேக்கர்களிடமிருந்து அதைக் கற்றுக்கொண்ட பிறகு, அவர் அவர்களைவிட வெகுதூரம் சென்றார். கண்களிலிருந்து ஒளிக்கதிர்கள் வெளிப்படுகின்றன என்ற தமது நம்பிக்கையைக் கிரேக்கர்கள் திருத்திக்கொண்டார்கள். உடலியல் மற்றும் வடிவவியல் (*ஜியொமெட்ரிகல்*) பகுத்தறிதல் மூலம், ஒளிக்கதிர்கள் பார்க்கப்பட்ட பொருளிலிருந்து வந்தவை என்றும், அவை விழித்திரையில் குறுக்கிடுகின்றன என்றும் நிரூபித்தார். கெப்ளர் தனது ஒளியியல் கண்ணோட்டங்களை இந்த அரேபிய முன்னோடியிடமிருந்தே கடன் வாங்கினார் என்று பல அறிவியல் வரலாற்றாசிரியர்கள் நம்புவதற்குக் காரணம் இருக்கின்றது.

அதே நூற்றாண்டில் அந்தலூசிய வணிகரின் மகனான அல்கஸ்ஸாலியும் வாழ்ந்தார். உண்மையின் தரத்தை சுய-பிரக்ஞைக்குக் குறைப்பதில் அவர் தெகார்தெவை எதிர்பார்த்தார். பழங்கால ஐயுறவு வாதத்திற்கும் நவீன ஐயுறவு வாதத்திற்கும் இடையிலான இணைப்புப் புள்ளியாக அவர் தனித்து நின்றார். தத்துவத்திற்கு அவர் ஆற்றிய மறக்க முடியாத பங்களிப்பு, அவருடைய சொந்த வார்த்தைகளில் சிறப்பாகக் கூறப்பட்டுள்ளது:

> மதத்திலிருந்து திருப்தியைப் பெறத் தவறியதால், நான் கடைசியில் அனைத்து அதிகாரங்களையும் உதறித் தள்ளினேன். சந்தேகம் கொள்ளத் தெரியாத சிறுவயது ஆண்டுகளில் என்னுள் விதைக்கப்பட்ட கருத்துகளிலிருந்து என்னை

விலக்கிக்கொள்ள முடிவு செய்தேன். விடயங்களின் உண்மைகளைத் தெரிந்துகொள்ள வேண்டும் என்பது மட்டுமே எனது நோக்கமாக இருக்கிறது; இதன் விளைவாக, அறிவு என்றால் என்ன என்பதைக் கண்டறிவது எனக்கு இன்றியமையாதது. அறியப்பட வேண்டிய ஒரு விடயத்தை எந்தச் சந்தேகமும் எஞ்சியிருக்காத வகையில் விளக்குவது என்பதே சரியான அறிவாக இருக்க வேண்டும் என இப்போது எனக்குத் தெளிவாகியது; இதனால் இந்த விடயம் தொடர்பாக எதிர்காலத்தில் எழக்கூடிய எல்லாத் தவறுகளும் அனுமானங்களும் சாத்தியமற்றவையாக இருக்க வேண்டும். இந்த வகையில், பத்து என்பது மூன்றைவிட அதிகமானது என நான் ஒப்புக்கொண்ட நிலையில், யாராவது, 'மாறாக, பத்தைவிட மூன்று அதிகமானது; இதை நிரூபிக்க நான் இந்தத் தடியைப் பாம்பாக மாற்றுவேன்' என்று கூறி, உண்மையில் அவர் அந்த அற்புதத்தைச் செய்தாலும், அவர் சொன்னது தவறு என்ற எனது முடிவு அசையாமல் நிலைத்திருக்கும். அவருடைய தந்திரம், என்னுள் அவருடைய திறமைக்கான பாராட்டை மட்டுமே உருவாக்கும், ஆனால் என்னுடைய சொந்த அறிவை நான் சந்தேகிக்கக் கூடாது.'

சுமார் ஆயிரம் ஆண்டுகளுக்கு முன்னர், முஸ்லிம் அறிஞரால் கூறப்பட்ட, துல்லியமான அறிவைப் பெறுவதற்கான கொள்கை, அப்போது போன்றே இப்போதும் சிறப்பாகவே உள்ளது; இத்தகைய அறிவைச் சாத்தியமாக்குகின்ற விஞ்ஞானபூர்வ கண்ணோட்டமானது, ஒப்பீட்டளவில் இந்தியர்களிடையே அரிதாகவே இருக்கிறது. இருபதாம் நூற்றாண்டில் இந்த நாள்களில்கூட, மந்திரச் செயல்களும் 'ஆன்மிக' ஏமாற்றுத்தனமும் திணிக்கப்படுவதற்குத் தம்மை அனுமதிக்கின்றவர்களாகவே அவர்கள் இருக்கிறார்கள். இவை விஞ்ஞான அறிவின் நம்பகத் தன்மைக்குக் கடும் சவாலாக இருக்கின்றன.

அனுபவரீதியாக அடையப் பெறாமலும், அனுபவத்தால் நிறுவப்பட்ட மறுக்கவியலா விதிகளினால் வழிகாட்டப்படாமலும் இருக்கின்ற அறிவு, அத்தகைய கணிதத் துல்லியத்தைக் கொண்டிருக்க முடியாது என அல்கஸ்ஸாலி கருதினார். புலன் உணர்தல்கள், அவசியமான உண்மை, அதாவது காரண-

காரியத் தொடர்பு என்பவற்றால் மட்டுமே மறுக்க முடியாத கொள்கைகளைப் பெற முடியும் என்று அவர் கருதினார். புலன்கள் உணர்வதன் சரியான தன்மையை மதிப்பீடு செய்யக்கூடியதாக அவர் பகுத்தறிவை (சுய-பிரக்ஞையை) கருதினார். பொதுவாக மிகவும் சகிப்புத்தன்மையற்றது என்றும் வெறித்தனமானது என்றும் நம்பப்படுகின்ற ஒரு மதத்தின் சூழலில், இத்தகைய தனித்துவமான சிந்தனையைக் கண்டு ஒருவர் வியப்படையலாம். ஆனால், முஸ்லிம் உலகம் முழுவதும் அல்கஸ்ஸாலியின் ஐயுறவு வாதம் அவருடைய காலத்தில் தீவிரமாகக் கற்கப்பட்டது. புகழ்பெற்ற பிரெஞ்சுக் கீழைத்தேயவாதியான ரெனனின் கருத்திலிருந்து, தத்துவ வரலாற்றில் கஸ்ஸாலிக்குரிய இடத்தை மதிப்பிடலாம். நவீன ஐயுறவுவாதத்தின் தந்தையான ஹியூம் தனக்கு எழுநூறு ஆண்டுகளுக்கு முன்னர் இருந்த அரேபியத் தத்துவஞானி கூறியதைத் தவிர வேறு எதையும் கூறவில்லை என ரெனன் குறிப்பிட்டார். ஹியூமினுடைய ஐயுறவுவாதம்தான் காண்ட்டின் 'அனைத்தையும் நொறுக்குகின்ற விமர்சனத் தத்துவத்திற்கான' தூண்டுதலை வழங்கியது. இதை நினைவில் கொள்ளும் போது, அல்கஸ்ஸாலியின் கண்ணோட்டங்கள் கொண்டிருக்கின்ற வரலாற்று முக்கியத்துவத்தின் எல்லையற்ற தன்மை இன்னும் துல்லியமாகப் பாராட்டப்படுகிறது.

ஹியூமின் விமர்சனத் தத்துவம் அனைத்து ஊகச் சிந்தனைகளின் ஆணிவேரிலும் ஒரு குரூரமான கோடரியை வைத்தது. ஆனால் அல்கஸ்ஸாலியின் கருத்துகள், காலத்தைவிட நீண்ட தூரம் முன்னோக்கி இருந்தன. அவர் காட்சிப்படுத்தியதைப் போன்ற பரிசோதனைமுறை விஞ்ஞானம் (*எக்ஸ்பெரிமெண்டல் சயின்ஸ்*) அப்போது சாத்தியமாகி இருக்கவில்லை. தொழில்நுட்பம் இல்லாதபோது அல்லது அது குழந்தைப் பருவத்திலிருந்த போது, தாம் விரும்பியவாறு பொருள்களின் இயல்பைக் கணித ரீதியாகக் கண்டறிவதற்குத் தத்துவஞானிகளால் இயலவில்லை.

எனவே, தமது பிந்தைய ஆண்டுகளில் அல்கஸ்ஸாலி மாயவியலில் வீழ்ந்தார்; எனினும் அவருடைய வீழ்ச்சி, காண்டின் வீழ்ச்சியைப் போன்று பெரும் இழிவுக்குரியதாக இருக்கவில்லை. அரேபியச் சிந்தனையாளரின் உயர்ந்தெழுகின்ற ஆன்மாவின் துணிவுமிக்கச் சிறகுகளை, புறநிலைக் குறைபாடுகள் வெட்டின;

அதேவேளை, கான்டின் விமர்சன மேதைமையை, வர்க்கநலன் குறித்த அவருடைய அகவயமான பக்கச்சார்பு மூழ்கடித்தது.

பன்னிரண்டாம் நூற்றாண்டில் வாழ்ந்த அபூபக்கர், கிரகங்களின் நிலை குறித்த தாலமியின் கருத்தை நிராகரித்த முதல் வானியலாளர் ஆவார். அவர் ஒரு கிரக அமைப்பையும் வானியல் இயக்கத்தையும் கற்பனை செய்தார். இவை ஜியோர்டானோ புருனோ, கலிலியோ, கோபர்நிகஸ் போன்றோரின் வரலாற்று முக்கியத்துவம் மிக்க கண்டுபிடிப்புகளுக்கு முன்னோடியாக அமைந்தன. 'அவருடைய அமைப்புகளில் அனைத்து இயக்கங்களும் சரிபார்க்கப்பட்டன, எனவே எந்தப் பிழையும் ஏற்படவில்லை' என்று பதிவு செய்யப் பட்டுள்ளது.

அபூபக்கர் தமது கோட்பாட்டை ஒரு முழுமையான நூலில் முன்வைப்பதற்கு முன்னர் மரணித்துவிட்டார். அவருடைய மாணவரான அல்-ஃபெட்ராஜியஸ், அனைத்து கிரகங்களும் ஒழுங்காக நகர்கின்றன என்ற அவருடைய போதனையைப் பிரபலப்படுத்தினார். இடைக்காலம் முழுவதும் இந்தக் கருதுகோள் வானியல் அறிவுக்கு ஒரு மாபெரும் பங்களிப்பாக மதிக்கப்பட்டது. பிரபஞ்சத்தைப் பற்றிய விவிலிய கண்ணோட்டத் தைக் குலைத்த ஒரு முஸ்லிம் தத்துவவாதியின் போதனைகள், கிறிஸ்தவ மடாலயங்களுக்குள்ளும் ஊடுருவின. ரோஜர் பேக்கன் மட்டுமன்றி, அவருடைய புகழ்பெற்ற எதிரியான ஆல்பெர்டஸ் மாக்னஸசும் கோள்களின் இயக்கம் பற்றிய அபூபக்கரின் கருத்துகள் விளக்கப்பட்ட அல்-ஃபெட்ராஜியஸின் வானியல் படைப்புக்குத் தாங்கள் கடன்பட்டிருப்பதை ஒப்புக்கொண்டனர்.

அரேபியச் சிந்தனையாளர்களில் மிகவும் பெரியவரும், சமீபத்தியவருமான அவெரோஸின் தத்துவத்தின் அடிப்படைக் கோட்பாடு ஏற்கனவே கோடிட்டுக் காட்டப்பட்டுள்ளது. அவர் இஸ்லாமியப் பண்பாட்டு வரலாற்றின் திருப்புமுனையில் வாழ்ந்தார். பன்னிரண்டாம் நூற்றாண்டளவில் இஸ்லாமியப் பண்பாடு அதன் உச்சத்தை அடைந்துவிட்டது. அந்த முற்போக்கு சக்திகளைத் தோற்கடிக்கின்ற வலிமையைப் பிற்போக்கு சக்திகள் திரட்டியிருந்தன. இஸ்லாமியக் கலாச்சாரம் ஏற்கனவே வீழ்ச்சியில் இருந்தது.

நாடோடி மக்களின் எளிய நம்பிக்கையால் அனுமதிக்கப்பட்ட சிந்தனைச் சுதந்திரம், இறுதியில் 'நம்பிக்கையாளர்களின் தளபதிகளின்' உலகியல் நலன்களுடன் மோதுகின்ற அளவுக்குத் துணிவின் உயர்ந்த எல்லைகளை அடைந்தது. ஐந்நூறு ஆண்டு களில் மிக அற்புதமாக வளர்ந்த இஸ்லாமியச் சிந்தனையின் நேர்நிலை விளைவு, அவெரோஸின் மிகவும் புரட்சிகரமான கூற்றில் சுருக்கமாகக் கூறப்பட்டது. உண்மையின் ஒரே மூலம் பகுத்தறிவு மட்டுமே என்று அவர் கூறினார். மதகுருமார்களின் அழுத்தத்தின் கீழ், கோர்டோவாவின் சுல்தான் அல்-மசூர், நரக நெருப்புக்குரிய இத்தகைய மதவிரோதக் கருத்துகளைக் கண்டித்து, மத அதிகாரத்தின் கீழ் ஓர் ஆணையை வெளியிட்டார். இஸ்லாத்தின் உன்னதமான படைப்பின் மீதான இந்தக் கண்டன மானது, மனித முன்னேற்றத்தின் சக்திவாய்ந்த நெம்புகோல் என்ற உயர்ந்த நிலையிலிருந்து, பிற்போக்குத்தனம், சகிப் பின்மை, அறியாமை, தப்பெண்ணம் என்பவற்றின் கருவியாக இஸ்லாம் சீரழிய தொடங்கியதைக் குறித்தது.

இரண்டு பேரரசுகளின் இடிபாடுகளில் இருந்தும் இரு மதங்களின் கண்மூடித்தனமான இருளிலிருந்தும் பண்டைய பண்பாட்டின் விலைமதிப்பற்ற பாரம்பரியத்தைப் பாதுகாப்பது என்ற தன்னுடைய வரலாற்றுப் பாத்திரத்தை இஸ்லாம் ஆற்றியது. அதன் பிறகு, தன்னுடைய அசல் சுயத்திற்கே துரோகம் செய்வதாக மாறிய இஸ்லாம், துருக்கியக் காட்டுமிராண்டித்தனம், மங்கோலிய மந்தைகளின் சூறையாடல்கள் போன்றவற்றின் கறுப்புப் பதாகையாக மாறியது.

இஸ்லாம் தனக்குரியதை நிராகரித்தது. பல நூற்றாண்டுகளாகச் சுதந்திரச் சிந்தனையின் இருப்பிடமாக விளங்கிய கோர்டோவாவின் அரசவையிலிருந்து அவெரோஸ் விரட்டப்பட்டார். அவருடைய நூல்கள் தீம்பிழம்புகளுக்கு உரியதெனக் கண்டிக்கப்பட்டன, உண்மையில் நெருப்புக்குரியதாக இல்லாத போதிலும், அவை மிக இரக்கமற்ற மதகுருமார்களின் எதிர்வினைகளுக்கு உரியதாகின. பகுத்தறிவுவாதம் மதத்துரோகத்துடன் அடையாளம் காணப்பட்டது. அவெரோஸ், அவருடைய குருவான அரிஸ்டாட்டல் என்ற பெயர்களே வெறுக்கத்தக்கவையாக மாறின. காலப்போக்கில், பிற்போக்குத்தனம் முற்றிலும் வெற்றியடைந்தது. ஒரு வைதீக

முஸ்லிமுக்குத் தத்துவம் என்பது, 'நம்பிக்கையின்மை, இறைப் பற்றின்மை, ஒழுக்கக்கேடு' என்றாகியது. ஆனால் ஐந்நூறு ஆண்டுகளில் ஆன்மிக முன்னேற்றத்தின் தரமானது, வியக்கத் தக்க வகையிலும் உயர்ந்த நிலையிலும் அரேபியர்களால் முன்னெடுக்கப்பட்டிருந்தது. முன்பு கிறிஸ்தவப் பக்தியும் மூடநம்பிக்கையும் செய்ததைவிடக் கூடுதலாக, இஸ்லாமிய சகிப்பின்மையாலும் வீணான மதவெறியின் சீற்றத்தாலும் இந்த முன்னேற்றத்தைத் தாழ்த்தவோ மிதிக்கவோ முடியவில்லை. அவெரோஸ் தமது சொந்த மக்களால் நிராகரிக்கப்பட்டார். ஆனால் எதிர்காலத்தைச் சேர்ந்தவர்களால் அவர் முடிசூட்டப்பட்டார். பன்னிரண்டாம் நூற்றாண்டிலிருந்து கத்தோலிக்கத் திருச் சபையின் அடித்தளத்தை உலுக்கிய சர்வாதிகார அறியாமைக்கும் சிந்தனைச் சுதந்திரத்திற்கும் இடையிலான கடுமையான போட்டி, அரேபிய தத்துவவாதிகளின் போதனைகளிலிருந்து உத்வேகம் பெற்றது. அவெரோஸசும் அவெரோயிசமும் ஐரோப்பாவின் அறிவியல் சிந்தனையில் நானூறு ஆண்டுகள் ஆதிக்கம் செலுத்தின.

7

இஸ்லாமும் இந்தியாவும்

இஸ்லாம் அதன் முற்போக்கான பாத்திரத்தை ஆற்றிய பின்னரே இந்தியாவுக்கு வந்தது. கற்றறிந்தவர்களாகவும் பண்பட்டவர்களாகவும் இருந்த அரபியர்களிடமிருந்து அதன் தலைமை பறிக்கப்பட்டிருந்தது. எனினும் அது தோன்றிய காலத்திலும் அதன் எழுச்சிக் காலத்திலும் இருந்த புரட்சிகரக் கொள்கைகள் இன்னமும் அதன் கொடியில் பொறிக்கப்பட்டிருந்தன; பாரசீகம், கிறிஸ்தவ நாடுகள் போன்றவற்றில் நிலவியது போன்ற உள்நாட்டுக் காரணிகளே முஸ்லிம்கள் இந்தியாவை வெற்றி கொள்வதற்கும் உதவின என்பதை வரலாற்றுரீதியான விமர்சன ஆய்வு வெளிப்படுத்தக்கூடும். வெற்றிபெற்ற மக்களின் தீவிர ஆதரவு இல்லாவிட்டால்கூட, அவர்களின் வெகுமக்கள் அனுதாபத்தையும் இணக்கத்தையும் படையெடுப்பாளர்கள் பெற்றுக்கொள்ள வேண்டும். அவ்வாறு பெற்றுக்கொள்ளப்படாவிட்டால், நீண்டதொரு வரலாற்றையும் பழமைவாய்ந்த நாகரிகத்தையும் கொண்ட பெருமனிதர்கள் அந்நிய படையெடுப்புக்கு எளிதில் அடிபணிய மாட்டார்கள். பதினோராம், பன்னிரண்டாம் நூற்றாண்டுகளில் பிராமணிய வைதீகம் பௌத்தப் புரட்சியைத் தோற்கடித்திருந்தது. இந்த நிலையில், இஸ்லாத்தின் செய்தியை ஆவலுடன் வரவேற்கக்கூடிய பெரும் எண்ணிக்கையான, துன்புறுத்தப்பட்ட மக்கள் இந்தியாவில் இருந்திருக்க வேண்டும்.

பிராமண ஆட்சியாளர்களால் ஒடுக்கப்பட்டிருந்த ஜாட்டுகளின் ஆதரவுடனும் பிற விவசாயச் சமூகங்களின் தீவிர ஆதரவுடனும் முஹம்மது இப்னு காசிம் சிந்துவை வென்றார். நாட்டைக் கைப்பற்றிய பிறகு, அவர் ஆரம்பக்கால அரேபிய வெற்றியாளர்களின் கொள்கையைப் பின்பற்றினார்.

பிராமணர்களிடம் நம்பிக்கையை ஏற்படுத்தி, அதன் மூலமாக நாட்டை அமைதிப்படுத்துவதற்காக அவர் பிராமணர்களையே பயன்படுத்தினார். அவர்கள் தங்கள் கோயில்களைத் திருத்தவும் முன்பு போன்றே தங்களுடைய சொந்த மதத்தைப் பின்பற்றவும் அனுமதித்தார்; வரிவசூலிப்பதை அவர்களிடம் ஒப்படைத்தார். மேலும் பாரம்பரிய உள்ளூர் நிர்வாக முறையைத் தொடர்வதற்கு அவர்களைப் பயன்படுத்தினார் (எலியட், இந்தியாவின் வரலாறு).

பிராமணர்கள்கூட—அவர்களில் சிலர் எவ்விதத்திலாவது—மிலேச்ச வெற்றியாளர்களின் பக்கம் செல்வதற்குத் தயாராக இருந்தார்கள் எனும்போது, நாட்டின் சமூக நிலைமைகள் மிகவும் இயல்பானதாக இருந்திருக்க முடியாது. மிகவும் சலுகை பெற்றிருந்த வர்க்கத்தின் நிலைகூடப் பாதுகாப்பற்றதாக மாறும் அளவுக்குச் சமூகம் சிதைந்து, குழப்பமான நிலையில் இருந்தது. இது பொதுவாக ஓர் எதிர்ப்புரட்சியின் விளைவாகும்.

சக்திகளின் இணைப்பின் மூலமாக ஒரு புரட்சி தோற்கடிக்கப் படலாம்; ஆயினும் வெற்றி பெற்ற எதிர்ப்புரட்சிகர சக்திகளால், புரட்சிக்குக் காரணமாக அமைந்திருந்த சமூகச் சீர்குலைவிற்கான காரணிகளை அகற்ற முடிவதில்லை. இந்தியாவில், பௌத்தப் புரட்சி தோற்கடிக்கப்படவில்லை; அதனுடைய அக பலவீனம் காரணமாகவே அது தோல்வியடைந்தது. புரட்சியை வெற்றிக்குக் கொண்டு செல்கின்ற அளவுக்குச் சமூக சக்திகள் முதிர்ச்சி அடைந்திருக்கவில்லை. இதன் விளைவாகப் பௌத்தத்தின் வீழ்ச்சிக்குப் பின்னர், நாடு பொருளாதார அழிவு, அரசியல் ஒடுக்குமுறை, அறிவியல் அராஜகம், ஆன்மிகக் குழப்பங்கள் போன்ற மோசமான நிலைமைகளை எதிர்கொண்டது. நடை முறையில் சிதைவு, சீர்குலைவு என்ற துன்பியல் செயன்முறையில் ஒட்டுமொத்த சமூகமும் பங்குகொண்டது. இதனால்தான், அரசியல் சுதந்திரம் இல்லாவிட்டாலும் தமக்குச் சமூகச் சமத்துவத்தை வழங்கிய இஸ்லாம் என்ற பதாகையின் கீழ் ஒடுக்கப்பட்ட மக்கள் அணிதிரண்டார்கள்; அவர்கள் மட்டுமன்றி, மேல்தட்டு வர்க்கத்தினரும்கூடச் சுயநல நோக்கங்களுக்காக அந்நிய படையெடுப்பாளருக்குத் தங்களது சேவைகளை வழங்க முன்வந்தனர். வெகுமக்கள் விரக்தியுற்றிருந்தவேளை, மேல்தட்டு

வர்க்கங்கள் முற்றாகத் தார்மிகச் சிதைவிற்குள்ளாகியிருந்தன என்பதையே இது காட்டுகிறது.

ஹாவெல் பண்டைய இந்துப் பண்பாட்டின் ஒரு தீவிர அபிமானி. இவர் போன்றவர்கள், முஸ்லிம்களுக்கு எந்த அனுதாபத்தையும் நியாயத்தையும்கூட வழங்குவார்கள் எனக் கருத முடியாது. இருப்பினும், இந்தியாவில் இஸ்லாத்தின் பரவல் தொடர்பாக அவர் பின்வரும் மிகச் சுவையான வாக்கு மூலத்தை அளிக்கிறார்:

ஆரிய சட்டங்களும் வழமைகளுமன்றி, குர்ஆனே அனைத்து வழக்குகளையும் தீர்மானித்த சட்ட நீதிமன்றங்களில், அவ்வாறு செய்தவர்கள் (இஸ்லாத்தைத் தழுவியவர்கள்) ஒரு முஸ்லிம் குடிமகனுக்குரிய சகல உரிமைகளையும் பெற்றார்கள். இந்த மதமாற்ற முறை, இந்துக்களில் தாழ்ந்த சாதி யினரிடையே, குறிப்பாக, தூய்மையற்ற பிரிவுகள் தொடர்பான பிராமணிய சட்டத்தால் கடுமையாகப் பாதிக்கப்பட்டிருந்தவர் களிடம் மிகவும் தாக்கமுள்ளதாக இருந்தது (இந்தியாவில் ஆரிய ஆட்சி).

இது நிச்சயமாக, பிராமணச் சட்டத்தின் பரிபூரணத்தின் மீது உறுதியான நம்பிக்கைகொண்ட ஒருவரிடமிருந்து பெறப்பட்ட மிகவும் பாராட்டுக்குரிய ஒரு குறிப்பு அல்ல. முஸ்லிம்களின் படையெடுப்பின்போது, இந்துச் சட்டங்களுக்கும் பிராமண வைதீக மரபுகளுக்கும் விசுவாசமாக இருப்பதற்கு எந்தக் காரணமும் இல்லாத ஏராளமான மக்கள் இந்தியாவில் இருந்தார்கள் என்பதும்; அவர்கள் ஆதிக்கம் பெற்றிருந்த இந்து பிற்போக்குத் தனத்தின் கொடுங்கோன்மைக்கு எதிராகத் தமக்குப் பாதுகாப்பு அளித்த இஸ்லாத்தின் சமத்துவமான சட்டங்களுக்காக அத்தகைய இந்துப் பாரம்பரியத்தைக் கைவிடத் தயாராக இருந்தார்கள் என்பதும் தெளிவாகிறது.

இன்னுமொரு சந்தர்ப்பத்தில், அரேபியத் தீர்க்கதரிசியின் போதனையில் உள்ளடங்கியுள்ள ஆன்மிக மதிப்புகளை வெளிப் படுத்துவதற்கு ஹாவெல் முடிவு செய்கிறார். ஆனால் அதேவேளை, அந்தப் போதனைகள் இந்தியாவில் பரவுவது குறித்து ஒரு மிகவும் முக்கியமான அறிக்கையை வெளியிடுகிறார். 'இஸ்லாத்தின்

தத்துவம் அல்ல, அதன் சமூகவியல் திட்டம்தான் இந்தியாவில் பல மதமாற்றங்களை ஏற்படுத்தியது.' நிச்சயமாக, வெகு மக்களைப் பொறுத்தவரை, தத்துவம் ஈர்ப்புக்குரியதல்ல. அவர்கள் எப்போதும் ஒரு 'சமூகவியல் திட்டத்தால்' ஈர்க்கப்படுகிறார்கள். அவர்களின் வாழ்க்கை நிலைமைகளினால் கொடுக்கப்பட்டதை விடச் சிறந்த ஒன்றை சமூகவியல் திட்டம் அவர்களுக்கு வழங்குகிறது. ஒரு மோசமான தத்துவம், அதாவது வாழ்க்கை பற்றிய ஒரு பிற்போக்குத்தனமான கண்ணோட்டம், ஒடுக்கப்பட்ட வெகுமக்களின் ஆதரவைப் பெறுகின்ற ஒரு சமூகவியல் கண்ணோட்டத்துடன் இணைய முடியாது. இஸ்லாத்தின் சமூகவியல் வேலைத்திட்டம் இந்திய வெகு மக்களின் ஆதரவைப் பெற்றிருந்தது என்றால், அதற்குப் பின்னாலிருந்த தத்துவம், இந்துத் தத்துவத்தைவிடச் சிறந்ததாக இருந்தது. இந்துத் தத்துவம் சமூகக் குழப்பத்திற்குக் காரணமாக அமைந்திருந்தது, இஸ்லாம் அவர்களுக்கு ஒரு வழியைக் காட்டியது. மேற்கூறிய கூற்றின் மூலமாக, பதின்மூன்றாம், பதினான்காம் நூற்றாண்டுகளில், இந்தியாவில் இஸ்லாம் ஆதரவை வென்றெடுத்த சூழ்நிலையிலும், அது தன்னுடைய சமூக-புரட்சிகரப் பாத்திரத்தைக் கைவிட்டிருக்க வில்லை என்பதையும், அதனுடைய சமூக-புரட்சிகரத் தன்மையின் காரணமாகவே அது இந்தியாவில் இவ்வளவு ஆழமாக வேரூன்றியது என்பதையும் ஹாவெல் ஒப்புக்கொள்கிறார். அதாவது இஸ்லாம் சிதைவுக்கும் சீர்குலைவிற்கும் உட்பட்டிருந்த நாள்களில்கூட, இந்து பழமைவாதத்துடன் ஒப்பிடுகையில், அது முன்னேற்றகரமான ஆன்மிகம், கருத்தியல், சமூகத்தன்மை என்பவற்றைப் பிரதிநிதித்துவப்படுத்தியது.

ஹாவெல், இந்தோ-ஐரோப்பியப் பண்பாட்டின் பெயர்பெற்ற புகழுரையாளர். மனிதனுடைய படைப்பாற்றலின் உன்னத விளைபொருளாக அவர் இந்தோ-ஐரோப்பியப் பண்பாட்டைக் கருதுகிறார். மறுபுறம், அவர் முஸ்லிம்கள் மீது கடுமையான வெறுப்பைக் கொண்டுள்ளார். அவருடைய கருத்தை இந்துக் களுக்கு எதிரான ஒருதலைப்பட்சமான கருத்து என ஒதுக்கித் தள்ள முடியாது. உண்மையில் அவருடைய பாரபட்சம் முழுக்க முழுக்க இந்துக்களின் பொறுமையின் (சகிப்புத்தன்மை) மீதுதான் இருக்கிறது. எனவே, அவரைப் போன்ற ஒரு வரலாற்றாசிரியர்,

கடந்த காலத்தில் இந்தியாவில் விரும்பத்தகாத விடயங்கள் நிகழ்வதைக் கண்டிருப்பாரேயானால், உண்மையில் அங்கு நிலைமைகள் வருந்தத்தக்கனவாகவே இருந்திருக்கின்றன. அவர் எழுதுகிறார்:

> ஆனால் இந்தியாவில் இஸ்லாத்தின் வெற்றிகரமான முன்னேற்றத்தை, வெளிப்புறக் காரணங்களால் கணக்கிட முடியாது. ஹர்ஷரின் மரணத்தின் பின்னர் தொடங்கிய ஆரியவர்த்தாவின் அரசியல் சீரழிவுதான் இதற்கு முக்கியக் காரணம்... ஒவ்வொரு உண்மையான நம்பிக்கையாளருக்கும் சமமான ஆன்மிக அந்தஸ்தை வழங்கிய முஹம்மதின் சமூக வேலைத்திட்டம், இஸ்லாத்தை சமூக, அரசியல் ஒருங் கிணைவாக மாற்றியது. அதற்கு ஓர் ஏகாதிபத்திய பணியை வழங்கியது... உலகத்தை உள்ளவாறே ஏற்றுள்ள ஒரு சராசரி மனிதனின் மகிழ்ச்சிக்குப் போதுமான வாழ்க்கையின் சட்டமாக இஸ்லாம் இருந்தது. வட இந்தியாவில், பௌத்த தத்துவத்திற்கும் வைதீக பிராமணியத்திற்கும் இடையிலான மோதல், அரசியல் முரண்பாட்டிற்கான ஒரு வலுவான காரணமாக அமைந்திருந்த நெருக்கடியான காலகட்டத்தில், இஸ்லாம் அதன் அரசியல் பலத்தின் உச்சத்தை அடைந்தது (மேலது).

மன்னர் ஹர்ஷவர்த்தன் ஏழாம் நூற்றாண்டின் நடுப்பகுதியில் இறந்தார். இந்த வகையில், இந்தியாவின் அரசியல் சீர்குலைவு, இஸ்லாத்தின் எழுச்சிக்கு சமாந்தரமான ஒரு நிகழ்ச்சிப் போக்காக இருந்தது. ஓர் அரசனின் மரணம் எவ்வளவு பெரியதாக இருந்தாலும், அது வரலாற்றின் திருப்புமுனையைக் குறிப்பதில்லை. இந்தியாவின் அரசியல் சீர்குலைவுச் செயல்முறை பல நூற்றாண்டு களாக நிகழ்ந்து வந்துகொண்டிருந்தது. அது மேலும் மோசமாவதற்கும் தீவிரப்படுவதற்கும் தனது தோல்வியை முடுக்கி விடப்படுவதற்காகவுமே, பௌத்தப் புரட்சி சிறிது காலத்திற்கு அதைத் தடுத்து வைத்திருந்தது. உண்மையில் பௌத்த மதத்தின் துறவறச் சீரழிவும் ஒட்டுமொத்த இந்திய சமூகத்தின் மீது செல்வாக்கு செலுத்திய அதன் சிதைவும், ஏனைய இடங்களில் கிறிஸ்தவ துறவறம் செய்ததைப் போலவே, முஸ்லிம்களின் படையெடுப்பிற்குப் பெரிதும் உதவியது.

மஹ்மூத் கஸ்னியின் படையெடுப்புகள் பற்றிக் குறிப்பிடுகையில், ஹாவெல் மேலும் எழுதுகிறார்:

அவருடைய படைகளின் நிலையான வெற்றி, அவரது கௌரவத்தைப் பெரிதும் கூட்டியதுடன், வடமேற்கு மாகாணங்களைச் சேர்ந்த பண்பாடற்ற போர்வீரர் பிரிவினர்களிடையே இஸ்லாத்தைப் பின்பற்றுகின்ற பலரை உருவாக்கியது. இவர்களுக்குச் சண்டை ஒரு மதமாகவும் போர்க்களத்தில் கிடைக்கின்ற வெற்றி ஊக்கத்திற்கான மிகவும் உயர்ந்த சான்றாகவும் இருந்தன (மேலது).

காலங்காலமாக இந்தியர்கள் தங்களுடைய காணிக்கைகளைக் கொண்டு வந்து கொடுத்த ஆலயங்களின் தெய்வீகத்தன்மை மீது அவர்கள் கொண்டிருந்த நம்பிக்கைக்கு, மஹ்மூதின் வெற்றி அதிர்ச்சியூட்டும் அடியைக் கொடுத்தது. இதன் விளைவாக, ஆலயங்களின் வழிபாட்டின் போது வெளிப்பட்ட மதவுணர்வும் அங்குள்ள மூலக் கடவுள்களின் மீதான நம்பிக்கையும் கடுமையாக அதிர்ச்சிக்குள்ளாகின, தவிர்க்க முடியாமல் அதிர்ந்தன.

இத்தகைய சூழ்நிலைகளில், மக்கள் தங்களுடைய பக்தியை, கையாலாகாத கடவுளர்களிடமிருந்து மிகவும் வலிமையான கடவுளுக்கு மாற்றுமாறு 'சமய உணர்வுகளும்' 'ஆன்மிக உள்ளுணர்வுகளும்' அவர்களைத் தூண்டின. எதிர்பாராத விதத்தில், நம்பிக்கையும் வழிபாடும் அவர்களுக்கு அற்புதமான வெகுமதிகளை வழங்கின. தனேஸ்வர், முத்ரா, சோம்நாத் போன்ற புகழ்பெற்ற கோயில்களில் வழிபடப்படுகின்ற கடவுள்களின் அமானுஷ்ய சக்தி பற்றிப் பல யுகங்களாக, பல இலட்சக்கணக்கான மக்கள் நம்பிக்கைகொண்டிருந்தனர். அந்தக் கோயில்களின் பூசாரிகள், சக்திவாய்ந்த அந்தத் தெய்வங்களின் பாதுகாப்பைத் தூண்டுகின்ற ஆற்றல் தமக்கிருப்பதாக மக்களை ஏமாற்றி வந்திருந்தனர்.

இதன் மூலமாக அவர்கள் மக்களிடமிருந்து பெரும் செல்வத்தைக் குவித்து வந்திருந்தனர். படையெடுத்து வந்த இறை மறுப்பாளர்களின் கொடூரமான தாக்குதலினால், நம்பிக்கை- பாரம்பரியத்தின் அடிப்படையிலான புனிதத்திற்குரிய கட்டமைப்பு முழுவதுமே, சீட்டு, வீடு போன்று திடீரென்று சரிந்து வீழ்ந்தது. மஹ்மூதின்

படைகள் நெருங்கியபோது, கடவுளர்களின் கோபத்தால் படையெடுப்பாளர்கள் விழுங்கப்படுவார்கள் என்று பூசாரிகள் மக்களிடம் கூறினார்கள். மக்கள் அந்த அற்புதத்தை நம்பிக்கை யுடன் எதிர்பார்த்திருந்தனர், ஆனால் அது நிகழவில்லை. உண்மையில் அது படையெடுப்பாளர்களின் கடவுளால் நிகழ்த்தப் பட்டது. நம்பிக்கை அற்புதத்தை அடிப்படையாகக்கொண்டு இருப்பதால், அது மதத்தின் அனைத்துப் பாரம்பரிய தரங்களாலும் தீர்மானிக்கப்பட்ட, மிகவும் அற்புதமான ஒன்றுக்கு, தவிர்க்க முடியாமல் மாற்றப்படுகிறது. அந்த நெருக்கடியில இஸ்லாத்தைத் தழுவியவர்கள் மிகவும் மத நம்பிக்கை கொண்டவர்களாக இருந்தார்கள்.

முஸ்லிம்கள் இந்தியாவைக் கைப்பற்றியதற்கான அக, புற காரணங்களைப் பற்றிய விமர்சனரீதியான ஆய்வு இன்று நடைமுறை ரீதியான பெறுமதியைக் கொண்டிருக்கிறது. இது ஒரு வைதீக இந்து, தனது முஸ்லிம் அயலவரைத் தாழ்ந்தவராகப் பார்க்கின்ற தப்பெண்ணத்தை அகற்றும். ஏற்கனவே ஆதிக்கம் பெற்றுள்ள சிந்தனைகளிலிருந்து விடுபட்ட இந்துக்கள், முஸ்லிம்கள் இந்தியாவைக் கைப்பற்றியதால் ஏற்பட்ட ஆக்கபூர்வமான விளைவுகளைப் பாராட்டுகின்ற நிலையில் இருப்பார்கள். அது வெற்றியாளர்களின் மீது, ஜெயிக்கப்பட்டவர்களுக்குள்ள வெறுப்பைக் குறைப்பதற்கு உதவும். வரலாறு பற்றிய நிதானமான உணர்வின் காரணமாக, மனப்பாங்கில் தீவிர மாற்றம் ஏற்படா விட்டால், வகுப்புவாதப் பிரச்சினை ஒருபோதும் தீர்க்கப்பட மாட்டாது. பழங்கால நாகரிகத்தின் சிதைவால் ஏற்பட்ட குழப்பத்திலிருந்து இந்தியச் சமூகம் மீண்டெழுவதற்கு முஸ்லிம்கள் ஆற்றிய பங்களிப்பை இந்துக்கள் பாராட்டுகின்ற நிலை ஏற்படும் வரை, அவர்களால் முஸ்லிம்களை இந்தியத் தேசத்தின் ஒருங்கிணைந்த பகுதிகளாகப் பார்க்க முடியாது. மேலும் இந்தியாவில் முஸ்லிம்களின் வெற்றிகரமான வருகையைப் பற்றிய சரியான புரிதலிலிருந்து பெறப்பட்ட, வரலாறு பற்றிய ஒரு முறையான புரிதல் தான், நமது தற்போதைய கெடுவாய்ப்புக்கான ஆழமான காரணங ்களைக் கண்டறிந்து, அவற்றைத் துடைத்தெறிய நமக்கு உதவும்.

மறுபுறத்தில், நம் காலத்து முஸ்லிம்களில் ஒரு சிலரே, தாம் ஏற்றுக்கொண்டுள்ள மதம் வரலாற்று அரங்கில் ஆற்றியிருக்கின்ற

மகத்தான பங்கைப் பற்றி உணர்ந்திருக்கலாம். அரேபியர்களின் பகுத்தறிவுவாதத்தையும், ஐயுறவுவாதத்தையும் குர்ஆனின் போதனைகளில் இருந்து விலகியவை என்று பலர் நிராகரிக்கலாம், மறுக்கலாம். ஆனால் வரலாற்றில் ஒரு மறக்க முடியாத இடத்தை இஸ்லாம் பிடித்திருக்கிறது. இதற்காக, அரேபிய தத்துவவாதி களால் தெளிவாக்கப்பட்டுள்ள மரபுசாராததும் மதம் சாராததுமான இஸ்லாத்தின் அசலான தன்மைக்கு நன்றி. இது, பிற்போக்குத் தனமான மதகுருத்தன்மையை (*பிரீஸ்ஹுட்*) விடவும், தார்தாரியர் களின் காட்டுமிராண்டித்தனமான வெறித்தனத்தைவிடவும் மேலானது. இஸ்லாம் இந்தியாவிற்குள் ஊடுருவுவதற்கு முன்பே, அதன் முற்போக்கான பாத்திரம் முடிவுக்கு வந்திருந்தது. அதனுடைய கொடி, சிந்துநதியின் கரையினும் கங்கை கரையினும் அரேபிய வீரர்களால் நடப்படவில்லை. மாறாக, ஆடம்பரத்தால் நெறிப் பிறழ்ந்திருந்த பாரசீகர்களாலும், இஸ்லாத்தைத் தழுவி யிருந்த மத்திய ஆசிய காட்டுமிராண்டிகளாலுமே நடப்பட்டன. இருவருமே, முஹம்மதின் ஞாபகார்த்தமான அரேபியப் பேரரசு என்ற அற்புத நினைவுச் சின்னத்தைக் கவிழ்த்தனர்.

இருப்பினும், பெருந்திரளானோர் நம்பிக்கை, சுதந்திரம் ஆகியவற்றின் செய்தியாக இஸ்லாத்தை வரவேற்றனர். பௌத்தப் புரட்சியைத் தூக்கியெறிந்து, அதன் விளைவாக இந்தியச் சமூகத்தை ஒரு குழப்பமான நிலைக்குள் தள்ளியிருந்த பிராமணிய பிற்போக்கால் அந்த மக்கள் பாதிக்கப்பட்டிருந்தார்கள். இந்தியாவை வென்ற பாரசீகர்களோ, முகலாயர்களோ, அரேபிய வீரர்களின் பாரம்பரிய பெருந்தன்மை, சகிப்புத்தன்மை, தாராளவாதம் என்பவற்றிலிருந்து முற்றிலும் விடுபட்டிருக்க வில்லை. தொலைதூர நாடுகளில் இருந்துவந்த, ஒப்பீட்டளவில் சிறிய குழுக்கள் அல்லது பேராசை கொண்ட படையெடுப்பார் களால், இந்தளவு நீண்ட காலத்திற்கு ஒரு பரந்த நாட்டின் ஆட்சி யாளர்களாகத் தங்களை ஆக்கிக்கொள்ள முடிந்தது. அத்துடன் அவர்களின் மதமானது இலட்சக்கணக்கானோரைத் தன்பக்கம் மாற்றியிருந்தது. இந்த உண்மைகள், இந்தியச் சமூகத்தின் குறிப்பான தேவைகளை அவர்கள் பூர்த்திச் செய்தார்கள் என்பதை நிரூபிக்கின்றன. இஸ்லாத்தின் அசல் புரட்சிகரப் பண்பின் பெரும்பகுதி, பிற்போக்குத்தனத்தால் மூழ்கடிக்கப்பட்டிருந்த

போதிலும், இந்து சமூகத்தின் மீது இஸ்லாம் இன்னமும் குறிப்பான புரட்சிகரச் செல்வாக்கைச் செலுத்தியது. இந்தியாவில் முஸ்லிம்களின் அதிகாரம் பெருமளவில் ஆயுதங்களால் நிறுவப் படவில்லை, மாறாக, இஸ்லாமிய நம்பிக்கையைப் பரப்பியதாலும் இஸ்லாமியச் சட்டங்களின் முக்கியத்துவத்தாலும் அது நிறுவப் பட்டது.

மூர்க்கமான, வெறித்தனமான முஸ்லிம் விரோத ஹாவெல்கூட வெறுப்புடன் ஒப்புக்கொள்கிறார்... இந்து சமூக வாழ்வின் மீது, முஸ்லிம் அரசியல் மதத்தின் தாக்கம் இரு மடங்காக இருந்தது: அது சாதி அமைப்பின் தீவிரத்தை அதிகரித்து, சாதி அமைப்பிற்கு எதிராக ஒரு கிளர்ச்சியைத் தூண்டியது. இந்து சமூகத்தின் அடித்தட்டு மக்களுக்கு இஸ்லாம் வழங்கிய கவர்ச்சிகரமான வாய்ப்பு, பாலைவனத்தின் பதாயிகளுக்கு வழங்கப்பட்டதைப் போலவே கவர்ச்சிகரமானதாக இருந்தது.

(அது) சூத்திரனைச் சுதந்திரமான மனிதனாகவும், பிராமணர் களின் எஜமானனாகவும் ஆக்கியது. ஐரோப்பாவின் மறுமலர்ச்சி யைப் போன்றே, அது அறிவார்ந்த நீர்நிலைகளைத் தூண்டியது, பல வலுவான மனிதர்களை உருவாக்கியது, தனித்துவமான அசல்தன்மை கொண்ட, புகழ்மிக்கச் சில மேதைகளை உருவாக்கியது. மறுமலர்ச்சியைப் போன்று, இதுவும் அடிப்படையில் ஒரு நகரத்தன்மையானது; இது நாடோடி களைத் தங்களுடைய கூடாரங்களைவிட்டு வெளியேறச் செய்தது, சூத்திரர்களைத் தங்களுடைய கிராமத்தைவிட்டு வெளியேறச் செய்தது. இது மகிழ்ச்சி நிறைந்த ஒருவகை மனிதகுலத்தை உருவாக்கியது (இந்தியாவில் ஆரிய ஆட்சி).

மேலே குறிப்பிட்ட மிகவும் தெளிவான கூற்றுடன், பிராமண வைதீகத்திற்கு எதிரான வெகுமக்கள் கிளர்ச்சிக்குச் சான்றாக விளங்கிய கபீர், நானக், துக்காராம், சைதன்யர் போன்ற சீர்திருத்த வாதிகளின் எழுச்சி, முஸ்லிம் படையெடுப்பால் ஏற்பட்ட சமூகத் தாக்கங்களினால் பெருமளவு ஊக்குவிக்கப் பட்டது என்பதை மட்டும் சேர்த்துக்கொள்ளலாம்.

இந்த யதார்த்தமான வரலாற்றுப் புரிதலின் அடிப்படையில் நோக்கும்போது, முஸ்லிம்களின் சமயம், பண்பாடு ஆகியவற்றின்

இஸ்லாமும் இந்தியாவும் ✦ 85

மீதான இந்துமதவெறி அபத்தமானது. இது வரலாற்றை அவமதிப்பதோடு, நமது நாட்டின் அரசியல் எதிர்காலத்தையும் பாதிக்கிறது. முஸ்லிம்களிடமிருந்து கற்றுக்கொண்ட ஐரோப்பா, நவீன நாகரிகத்தின் தலைமையாக மாறியது. இன்றும் ஐரோப்பாவின் சிறந்த மகன்கள் தங்களுடைய கடந்தகாலக் கடன்களைப் பற்றிச் சொல்வதில் வெட்கப்படுவதில்லை. வாய்ப்புக்கேடாக, இஸ்லாமியப் பண்பாட்டின் பாரம்பரிய வளத்தால், இந்தியா முழுமையாகப் பயனடைய முடியவில்லை; ஏனெனில் இந்தியா அந்தச் சிறப்பிற்குரிய தகுதியைப் பெற்றிருக்கவில்லை. இப்போது காலங்கடந்த மறுமலர்ச்சியின் பிரசவத் துடிப்பில் இந்தியர்கள்—இந்துக்கள், முஸ்லிம்கள் ஆகிய இருவரும்—மனித வரலாற்றின் மறக்க முடியாத அத்தியாயத்திலிருந்து பயன்மிக்க உத்வேகத்தைப் பெற முடிந்துள்ளது.

மனிதப் பண்பாட்டுக்கு இஸ்லாத்தின் பங்களிப்பைப் பற்றிய அறிவும், அந்தப் பங்களிப்பின் வரலாற்று மதிப்பை முறையாகப் போற்றுவதும் நமக்கு அவசியமாகின்றது. இது ஆணவமும் சுயதிருப்தியும் கொண்ட இந்துக்களை அதிர்ச்சியடையச் செய்யும்; அதேவேளை நம் காலத்து முஸ்லிம்களை, தாம் நம்புகின்ற சமயத்தின் உண்மையான ஆன்மாவுடன் நேருக்கு நேராகக் கொண்டுவந்து, அதன் மூலம் அவர்களிடமுள்ள குறுகிய மனப்பான்மையை அகற்ற உதவும்.

༺ཨ༻